மாமிசப் படைப்பு

D1771038

நாஞ்சில் நாடன்

விஜயா பதிப்பகம்
20, ராஜ வீதி
கோயம்புத்தூர் - 641 001.

மாமிசப் படைப்பு

Mamisap Padaippu

ஆசிரியர் : **நாஞ்சில் நாடன்**

ஐந்தாம் பதிப்பு : 2016

விஜயா பதிப்பகம்

20, ராஜ வீதி, கோயம்புத்தூர் - 641 001.

✆ 0422 - 2382614 / 2385614

vijayapathippagam2007@gmail.com

ஒளியச்சு / புத்தக வடிவமைப்பு : **ஐரிஸ் கிராபிக்ஸ், கோவை.**

அட்டை வடிவமைப்பு : **ஜீவா,கோவை.**

அச்சாக்கம் : **ஜோதி எண்டர்பிரைசஸ், சென்னை - 5.**

ISBN - **81-89796-30-5**/ பக்கம் : **152**/ **விலை : ரூ.** 100/-

என்னுடைய படைப்புகளின்
முதல் வாசகரும் தமிழில் நவீன
இலக்கியங்களைப் பதிப்பித்து
வெளியிட்டவருமான
கவிஞர் மீராவுக்கு...

இரண்டாம் பதிப்பின் முன்னுரை

மாமிசப் படப்பு, சைவப்படப்பு, பூப்படப்பு எனபன சிறு தெய்வ வழிபாடுகளிலும் வைக்கோற் படப்பு என்பது அன்றாட வாழ்விலும் நாஞ்சில் நாட்டில் வழக்கமாக இருக்கின்றன. முதலில் ‘படைப்பு’ என்பது தேய்ந்து, வாய்மொழியில் ‘படப்பு’ ஆகியிருக்க வேண்டும் என எண்ணினேன். எனவே ‘மாமிசப் படப்பு’ என்பதைத் திருத்தி ‘மாமிசப் படைப்பு’ எனத் தலைப்பிட்டு 1981-இல் நாவல் வந்தது.

பின்னர் ‘தற்காலத் தமிழ்ச் சொல்லகராதி’ என திவான் பகதூர் ச.பவானந்தம்பிள்ளை அவர்களின், 1925-இல் இங்கிலாந்தில் வெளியான, நூலைப் பார்க்க நேர்ந்தது. அதில் ‘படப்பு’ என்பதற்கு ‘வைக்கோற் போர்’ எனப் பொருள் தரப்பட்டிருந்தது. ‘சில தமிழ்ச்சொல் ஆராய்ச்சி’ எனும் 1968-இல் வெளியான நூலில் பேராசிரியர் கே.என்.சிவராஜபிள்ளை, புறநானூற்றை மேற்கோள் காட்டி, ‘படப்பு’ என்பது வைக்கோற் போர் எனப் பொருள் கொண்டது என்கிறார்.

எனவே ‘மாமிசப் படப்பு’ என்பதே சரியென எனக்குத் தோன்றியது. சரியாக இருந்த ஒன்றைத் தவறாகத் திருத்தப் போனோம் என வெட்கமாக இருந்தது. இன்று அதை மறுபதிப்பில் மாற்றுவதும் இயலவில்லை.

வேர்களை, பச்சிலைகளை, பட்டைகளை, கொட்டைகளை உரைத்தும் அரைத்தும் காய்ச்சியும் குறுக்கியும் மருந்தெனக் கொண்டதை திருத்தித் திருத்தி சின்னஞ்சிறு வேதியல் உருண்டைகளாயிற்று. கருப்புக்கட்டியும் வெல்லமும் திருத்தி படிகச் சர்க்கரை ஆயிற்று. ஆற்று நீரும் ஊருணி நீரும் குளத்து நீரும் இரண்டு வாய் அள்ளிக் குடிக்க ஆற்றாமல் குடி தண்ணீர் இப்போது திருத்தப்பட்ட செல்லப் பைகளில் வருகின்றன.

சுவாசிக்கும் காற்றும் வீட்டினுள் இரப்பர் குழாய்கள் மூலம் விநியோகம் ஆகும் காலம் வரும். முரசும் செண்டையும் மகுடமும் தப்பட்டையும் பம்பையும் உடுக்கும் உறுமியும் தவிலும் திருத்தப்பட்டு இன்று கண்டவன் டிரம்முக்குக் காலாட்டிக் கொண்டிருக்கிறோம்.

இந்தச் சூழலில் *1981*-இல் வெளியான இந்த நாவல் மறுபதிப்புக் காண்கிறது.

காலம் நேர்மையானதோர் மதிப்புரையாளன் என்பதில் நம்பிக்கை கொண்டவன் நான்.

தமிழ் நாவல்கள் உலகத்தரத்தில் இல்லை என்றும் ஞானபீடப் பரிசுகள் பெறுவதில்லை என்றும் செல்லச் சிணுங்கல்கள் கேட்கிறது எங்கும். ஆனால் சரியான மதிப்புரை கூட வர முடியவில்லை. மதிப்புரைக்கு அனுப்பும் நூல்கள் சேருமோ, சேராதோ, சேர்ந்தாலும் வீட்டுக்குப் போகுமோ, விலைக்குப் போகுமோ, மதிப்புரையாளருக்குப் போகுமோ தெரியாது. மதிப்புரையாளருக்குப் போனாலும் அவர் எழுதுவாரோ, மாட்டாரோ, எழுதினாலும் அது வெளியாகுமோ மாட்டாதோ தெரியாது.

என்றாலும் என் எழுத்தின் மீது எனக்கு நம்பிக்கை உண்டு. உங்கள் நம்பிக்கைகளை சரிபார்த்துக் கொள்ளலாம் மறுபடியும்.

இதை வெளியிடும் கோவை விஜயா பதிப்பக உரிமையாளர் திரு. மு.வேலாயுதம் அவர்களுக்கும் முகப்போவியம், புகைப்படம் ஆகியவற்றுக்குப் பொறுப்பான நண்பர் ஜீவாவுக்கும் அச்சிட்ட நிறுவனங்களுக்கும் நன்றி.

கோவை
30 நவம்பர் *1999*

அன்புடன்
நாஞ்சில் நாடன்

முதற்பதிப்பின் முன்னுரை

ஒரு கோடைக்கால இரவில், நானும் நாஞ்சில்நாடனும் பம்பாயிலுள்ள 'மகேஸ்வரி உத்யான்' பூங்காவில் பேசிக் கொண்டிருந்து விட்டு, எதிரில் உள்ள ஈரானி ஓட்டலில் வந்து தேநீர் அருந்திக் கொண்டிருந்தபோது, அவர் இந்த 'மாமிசப் படைப்பின்' பிரசவ வேதனையை உணரத் தலைப்பட்டார்.

கொஞ்ச நாளில் இந்த நாவல் தன் முழுவடிவத்துடன், கழுவிச் சுத்தம் செய்யப்பட்ட பச்சிளம் குழந்தையாக என் கையில் கொடுக்கப்பட்ட போது, இதுவரையிலும் நாஞ்சில் நாடனின் உள்ளே இருந்த, ஆனால் என்னால் கண்டுணரப்படாத, ஓர் உள் உலகம் முழு ஜீவத்துடிப்புடன் என் கையில் புரளும் விந்தையில் மயிர்க்கூச்செறிந்தேன்.

கடவுள் மண்ணையும், காற்றையும் ஊதி முதல் மனிதனைப் படைத்தார் என்று சொல்வதுண்டு. நாஞ்சில்நாடன் தனது காலடிக்குக் கீழே உள்ள கன்னியாகுமரி மாவட்டத்திலே மண்ணெடுத்து, தம் உதிரப் புனலிலே உண்டைச் சேர்த்துப் படைத்ததே இந்த நாவல்.

நோபெல் பரிசு பெற்ற, 77 வயது ஐ.பி.சிங்கரிடம் "நீங்கள் ஏன் எப்போதும் உங்களது சின்னஞ்சிறு வட்டமான யூத மக்களைப் பற்றி மட்டுமே எழுதுகிறீர்கள்?" என்று கேட்கப்பட்டபோது அவர் சொன்னார்:

"உண்மையான கதாபாத்திரங்கள் உண்மையான மக்களிட மிருந்தே பிறக்கின்றன. உண்மையான மக்களுக்கு ஆழமான வேர் உண்டு. வெறுமனே ஒரு பொதுவான மனிதனைப் பற்றி ஒரு நாவல் எழுதிவிட முடியாது. அதற்காக தனக்கென ஒரு முகவரி உள்ள ஓர் ஆணையோ, பெண்ணையோ தேர்ந்தெடுக்க வேண்டும். இதனால்தான், உண்மையான எழுத்தாளர்கள் தங்களுக்குச்

சொந்தமான சூழலிலேயே, தங்களுக்குச் சொந்தமான மூலை யிலேயே தங்கி விடுகிறார்கள்".

கிட்டத்தட்ட 10 ஆண்டுகளாக பம்பாயில் வாழ்ந்து வரும் நாஞ்சில் நாடன் இதுவரையிலும் பம்பாயின் பின்னணியில் ஒரு கதையாவது எழுதியிருக்கிறாரா என்று தேடித்தான் பார்க்க வேண்டும். தனது கதைக்கருவின் ஆன்மாவை அறிந்திருந்தாலன்றி, அது பற்றி எழுதத் துணியாத ஓர் இலக்கிய நேர்மை அவரிடம் உண்டு. இதனால்தான் இந்த நாவலைப் படித்துச் செல்கிறபோது, நாம் நாஞ்சில் மண்ணிலேயே, வயலும், வயல் சார்ந்த மருத நிலத்தில் ஒரு வாழ்க்கை வாழ்ந்து விடுகிறோம். நாஞ்சில் நாடன் இந்த நாவலின் படைப்பாளியா அல்லது பங்காளியா என்ற சந்தேகம் நமக்கு வந்து விடுகிறது. சாமியாடி கண்டதாக இவர் வர்ணிக்கும் கனவைக் கூட உண்மையிலேயே நாஞ்சில்நாடன்தான் கண்டிருப்பாரோ என எண்ணத் தூண்டும் எழுத்துச் சன்னதம்!

இந்த நாவலில் இவர் தொழில் திறமையைக் காட்டுதல் பொருட்டு எந்தவிதத் தனிக் கவனமும் எடுத்துக் கொள்ளவில்லை. இவர் சொல்ல வரும் செய்திக்கு என்ன தொண்டு செய்யலாம் என்று இவரது எழுத்துவித்தை கைகட்டிக் காத்து நிற்கிறது.

தனக்கும், தன் காலத்துக்கும், மண்ணுக்கும் உண்மையாக இருத்தலே தன் வாக்கை ஒளிபெறச் செய்யும் ஒரே உத்திமுறை எனும் நாஞ்சில் நாடனின் நம்பிக்கையின் ஒரு வெளிப்பாடுதான் இவரது வட்டார வழக்கு. தன் எழுத்தில்தான் முழு அடையாளத் துடன் இருக்க வேண்டும் எனும் வைராக்கியம்தான், மழை பெய்ததும் எழும் மண்வாசனைபோல இந்நூல் முழுவதும் பரவி இருக்கும் நாஞ்சில் நாட்டு மொழி மணம்.

மானுடத்தின் மீது மாறாத அன்பு எனும் பதாகையின் கீழ் எழுதி வரும் இந்தப் படைப்பாளி, அந்த மனிதனுக்கு ஏதேனும் சோதனைகள் வருமாயின் - சாதி, மதம், பணம், படிப்பு, ஒழுக்கம், அரசியல் என்று எதன் பெயராலாயினும் - அதை எதிர்த்துக் குரல் கொடுக்கத் தயங்காதவர்.

"போராடும் எழுத்துக்களை நல்ல எழுத்துக்கள்" என்று ழீன் பால் சார்த்தர் சொன்னதின்படி பார்த்தால், நாஞ்சில் நாடனின் 'மாமிசப் படைப்பு' ஒரு போராடும் எழுத்து; உயர்ந்த எழுத்து.

அக்டோபர் 1981 இந்திரன்

1

பாறையைப் பொடிக்கும் பங்குனி மாதத்து வெயில். சரிகை நேரியல் காற்றில் பறப்பதுபோல் தொலைதூரத்தில் அனல் பரந்து பறந்தது. சுற்றிச் சூழ அறுப்பு ஆகி வயல்கள் எல்லாம் பொலிவிழந்து கிடந்தன. வாசறுமிண்டான், செந்தி, கடல் மணல்வாரி நெற்பயிர்கள் அறுவடையான பின்பு வயலில் குற்றி குற்றியாய் நின்ற தாள்கள் வீரத்தோடு வெயிலை வெறித்து வெறித்துப் பார்த்தன.

பிந்திய நடவுகளான ஒன்றிரண்டு வயல்கள் மட்டும் ஆங்காங்கே ஒற்றை விட்டுப்போய் தனியாகக் காய்ச்சலுக்குக் கிடந்தன. ஊற்றாங்கால் வைத்துப் போடப்பட்டிருந்த வயல்களின் வரப்புகளில் எலி பிடிக்க வயற்கரைகளை வெட்டி மலர்த்திக் கொண்டிருந்த சேரிச் சிறுவர்கள்... உயிருள்ள எலிகள் வளைகளில் இருப்பதை, எலிப்புடைகளின் ஈர நயப்பிலிருந்தும், வழியில் பாதையை அடைத்துக் கொண்டு செல்வதிலிருந்தும் கண்டுபிடித்து எழுப்பும் உற்சாகக் கூக்குரல். கதிர் கதிராய்ச் சேகரித்து வைத்திருக்கும் பொந்துகளில் கைவிட்டு, நெற்கதிர்களை குலைகுலையாய் அள்ளி, சாக்கினுள் வாரிப்போடும் போது, எதிர்பாராமல் பாயும் எலியை ஓடியோடித் துரத்தும் சத்தம். கட்டியாலும் கம்பாலும் எறிந்து கொன்ற எலியின் வாயோரம் வடியும் ரத்தத்தைக் கண்டு முகத்தை அருவருப்பில் சுளிக்கும் 'வெள்ளாங்குடி' பையன்களைப் பரிகசிக்கும் ஓசை...

கோடை அறுவடை முடியும் காலம். பத்துக் காடெங்கும் மாடுகளை மேய்ச்சலுக்கு அவிழ்த்துப் பத்தியிருந்ததால் எங்கோ ஆநிரை கவர்தல் நடக்கும் காட்சியோ என்றொரு மயக்கம். வெள்ளையும் மயிலையும் செவலையும் போரும் தனியாகவும் சுட்டிகளோடும் விதவிதமான கொம்புகளுடனும் நின்று, நடந்து, மேயும் காட்சி.

வெயிலைச் சட்டை செய்யாமல் மேயும் எருமைக் கடாக்கள். வெயிலுக்கு தற்காலிக நிவாரணியாய் வயல்களிலும் வாய்க்கால்களிலும் தேங்கி நிற்கும் சேற்றில் புரண்டு, சந்தனம் குளிரக் குளிரப் பூசிப் பண்ணையார் நுகர்கிற இன்பத்தை நுகரும் எருமைகள்...

பெரியகுளத்தின் சட்டறைகள் இறக்கப்பட்டு, மடைகள் வைக்கோற் சுருணைகளால் அடைக்கப்பட்டு சொட்டுத் தண்ணீரும் கீழே வீண்போகாமல் காக்கப்பட்ட பிறகு, கால்வாய்களில் வடியும் வெள்ளம் மிகக் குறைந்த ஊற்றுக் கசிவாகவே இருந்தது. சேறும் சகதியுமாகக் கிடந்த பெரிய கால்வாய்களின் உயரே தெவக்கம் போட்டு, நீரைக் கீழே இறைத்துக் கொட்டி மீன் பிடித்துக் கொண்டிருந்த சேரிப் பெண்கள்...

முட்டுக்கு மேல் வரிந்து கட்டிய கண்டாங்கி, வாயில் கருப்பட்டிப் புகையிலை மணக்கும் வெற்றிலைக் குழம்பு...

உடைந்த சட்டித்துண்டைக் கொண்டு நீரை வெளியேற்றி, துள்ளத் துடிக்க சிலேபியாக் கெண்டை, உளுவை, ஆராங்கு, கெளிறு, அயிரை என்று பிடித்து நார்ப்பெட்டிக்குள் போட்டு மூடி, பெட்டியை நீரூற்றில் கால்பாகம் அமிழ்த்து, வெயில் தாக்காமல் சேம்பிலை பறித்துப் போட்டு மூடி...

சேம்பிலைப் புதர்களிடையில் சில சமயம் தண்ணீர்ப் பாம்பு தலையை நீட்டுகையில் துள்ளிச் சாடிக் கூக்குரலிடும் விடைப் பருவத்துச் சிறுமிகள்... மிகுந்த நிதானத்தோடு பாம்பை அணுகி, வாலிருக்கும் இடத்தைக் கணித்து கையால் அப்பிப் பிடித்து தலைக்கு மேல் சுழற்றி வீசி எறியும் பெண்கள்...

அறுவடைக்கு ஆள் கிடைக்காமலோ, சேறு இன்னும் முற்றும் காயாமலோ அல்லது நான்கு நாள் விளைச்சலுக்குக் காத்தோ கிடக்கும் வயல்களுக்குக் காவலாய் நின்ற சிறுவர்கள் மாட்டை ஓட்டும் ஓசை.

தூரத்தே அறுத்துப் போட்டு காய்ந்து கொண்டு கிடக்கும் வயல்களில் நெற்கதிரை வாரிக் கட்டுகையில் உண்டாகும் சலசலப்பு...

நேரம் நான்கு மணி தாண்டியிருக்கும்.

சிவசூரியன் தெவக்கத்துக்கும் வடக்கே, பூவத்தான் கோயிலுக்குக் கிழக்கே கடுவாய் கங்காதரம்பிள்ளையின் இருபத்தி நான்கு மரக்கால் விதைப்பாடு காலையில் அறுத்துப் போடப்பட்டு,

வெயிலில் காய்ந்து கிடந்தது. மத்தியானச் சாப்பாட்டுக்குப் பிறகு வாரிக்கட்ட வந்திருந்தார்கள்.

மாங்கோணத்திற்கு நேரே வடக்கில் கதிக்க நடந்தால் நான்கு ஃபர்லாங்கில் வயல் இருந்தது. கடுவாய் கங்காதரம்பிள்ளை அனுபவப்பட்ட விவசாயி ஆனதால் பக்குவமாய் பயிர் செய்து மேனிக்கு மேல் பொலி காணும் சடையாரி இளநெல் பயிர். அறுத்துப் போட்ட பிறகு அரிக்குமேல் அரியாக அடர்த்தியாய் விழுந்தது தாள். கதிர்க்குலையும் நல்ல நீளம் கொண்டு வாங்கி இருந்ததால் சுமக்கச் சுமக்க யாருக்கும் கூறு அமைவதாய் இல்லை.

கூறுவடி கந்தையாவின் அறுப்படிப்புக் கூட்டத்தில் மொத்தம் இருபத்து மூன்று பேர். பதினான்கு முழு ஆளங்கொத்துக்காரர்களும் எட்டு முக்கால் ஆளங்கொத்துக்காரர்களும் கூறுவடி கந்தையாவுமாக. தலை முண்டினை இறுக்கி வட்டக்கட்டாக தலைப்பாகை கட்டி, வேட்டியை வரிந்து தார் பாய்ச்சி, கீழ வரப்புக்கும் மேல வரப்புக்குமாக ஓடிக் கொண்டிருந்தான் கந்தையா.

'நெட்டான் நெட்டான்' என்று ஊடு மண்வெட்டிக் கைபோல் ஒரு மூச்சு வளர்த்தி. பலகைபோல் விரிந்த உறுதியான மார்பு. பூவரச மர வைரத்தில் செய்த கோடிக் கலப்பை போல் அழுத்தமான உடம்பு. நாற்பத்தைந்து வயது தோன்றாத கயிற்று உடல்வாகு. சாமர்த்தியமானதோர் கூறுவடியாக கந்தையா இருந்தான்.

நான்கு நடை களத்தில் கொண்டு போட்டுவிட்டு வந்து ஐந்தாம் நடை கட்டிக் கொண்டிருந்தார்கள். பிந்திப் போன பங்குக்காரனுக்கு படை வாரிக் கொடுத்துக்கொண்டு, நல்லப்பப் படையை கண் மறைக்காமல் மடித்துக் கட்டத் தெரியாத முக்கால் கூறுக்காரனுக்கு மடித்துக் கொடுத்து, இன்னும் ஒரு படை வைத்து இறுக்கலாம் என்ற யோசனையுடன் பார்ப்பவனுக்கு நாரை அவிழ்த்துக் கொடுத்து, சமைந்த கட்டுகளைத் தூக்கிவிட்டு... கூறுவடி கந்தையா சுறுசுறுப்பாய் இருந்தான்.

நடுவயலில் நின்று, குடையை தலைக்கு மேல் தூக்கிப் பிடித்துக் கொண்டு, புளியிலைக்கரை இரட்டை வேட்டியை மடித்துக் கட்டி, நெடுநீளமாக, வெளுத்த முறுக்கு நூல் துவர்த்து தோளில் துவண்டு கிடக்க, கதிர் வாரிக் கட்டுவதை மேற்பார்வை பார்த்துக் கொண்டிருந்தார் கங்காதரம்பிள்ளை.

ஐந்தேகாலடி உயரம். நீர்யானை போல் எண்ணெய் மினுக்கம் கொண்டு எலும்பே தெரியாத உடம்பு. பேன் வைத்து

'சொடக்'கென்று குத்தலாம் போல் 'திம்'மென்று புடைத்த குடவண்டி வயிறு. குடையைப் பிடித்திருந்தாலும் சுற்றுப்புறத்தின் சூடு காரணமாய் சவரம் செய்யப்பட்ட கட்கங்களிலிருந்து அழுக்கான வியர்வை வரியாய் வடிந்து விலாவில் இறங்கிக் கொண்டிருந்தது. நெற்றியில் இலங்கிய சந்தன வரையில் குங்குமம் படர்ந்து பரவிக் கொண்டிருந்தது.

காய்ந்த வைக்கோலின் புதுமணம் எங்கும் நிறைந்திருந்தது.

"கருது விடாம நல்லா அரிச்சு வாருங்கலே..."

"சொர்ணப்பா... படையை அப்பிடிப்போட்டு சமுண்டி இறுக்காதே... நெல்லெல்லாம் தொளியல்லா செய்யி..."

"குட்டியளே! கெட்டுக்கு பொறத்த போயிப் பொறக்குங்கோ... அங்க என்ன அந்தா விளுகு! அவனுகளை வாரிக்க கெட்ட விடாம குண்டிக்குப் பொறத்தாலேயே திரிஞ்சா எல்லாத்தையும் வரப்பிலே ஏத்திவிட்டிருவேன்..."

வெயில் காரணமாயும், நின்றே வேலையை மேற்பார்வை செய்வதால் கால் கடுப்பு காரணமாயும் கடுவாய் கங்காதரம் பிள்ளையின் கார்வார் கடுமையாக வந்து கொண்டிருந்தது.

வீட்டிலிருந்து கால்பக்கா கொள்ளும் காப்பிச் செம்பில் கங்காதரம்பிள்ளைக்கு காப்பி வந்தது. வரப்பில் ஏறி நின்று கொண்டு பால் விட்டு ஆற்றிய கருப்புக் கட்டிக் காப்பியை இரண்டு தம்ளர் குடித்தபின் அவருக்கு ஓர் ஆசுவாசம் தோன்றியது. வெயில் மேற்காய் சரிந்தது. காற்றில் சூடு சற்றுத் தணிந்தது.

பெரும்பாலும் இந்த நடையோடு வயல் அமைந்து விடும். ஆனால் சிலரின் கூறு இன்னும் பின்னால் நீண்டே கிடந்தது. நிரம்ப நேரம் நீட்டிவிட்டதாய் அறுப்புக்காரர்கள் மீது கங்காதரம் பிள்ளைக்கு ஓர் அலுப்புத் தோன்றியது. அலுப்பின் கூடவே ஓர் இளக்காரம்...

நமச்சிவாயத்தின் நடுக்கூறு மிகவும் பிந்திப் போயிருந்தது. அவனுடைய பங்கை வாரிக் கொண்டிருந்த கூறுவடியைப் பார்த்து கங்காதரம்பிள்ளை கேட்டார்.

"கந்தையா! ஒரு கெட்டுலே எவ்வளவு நெல்லுடே இருக்கும்?"

வாரிக்கொண்டிருந்த படையை கட்டில் வைத்து இறுக்கிக் கொண்டே கந்தையா சொன்னான் -

"சொல்ல முடியாது பாட்டா... ஏழெட்டு மரக்கா இருக்கும்".

"நல்ல செமட்டுக்காரன் கெட்டுலே?"

"நல்ல செமட்டுக்காரன் நம்ம செட்டிலே பூலிங்கம் தாலா?"

"எவ்வளவுடே இருக்கும் பூலிங்கம்?"

சிரித்துக்கொண்டு பூதலிங்கம் சொன்னான்.

"என்னா மிஞ்சிப் போனா பத்து மரக்கா இருக்கும்..."

"ம்ஹெ..." ஓர் இளக்காரச் சிரிப்புடன் கங்காதரம்பிள்ளை சொன்னார் - "இம்புட்டு மயிருதாலா?"

அதே தொனியில் கந்தையா கேட்டான்.

"பின்னே எம்புடு இருக்கும்ணு நெனைச்சேரு?"

"பந்திரெண்டு மரக்காலாவது இருக்கும்ணு நெனைச்சேன். இவ்வளவுதாலா உங்க சாமார்த்தியம்?"

"சரி! பதினாலு மரக்கா நெல்லுக்கு குறையாம ஒரு கெட்டுலே கொண்டு களத்திலே சேத்திட்டா என்ன தருவேரு?"

"முடியாத காரியத்தைப் போட்டு பேசி என்னத்துக்கு?"

"முடியல்லேண்ணா இண்ணைக்கு உள்ள கொத்தை விட்டிருகேன்... முடிஞ்சுண்ணா அந்த கெட்டுலே உள்ள நெல்லை எங்களுக்கு விட்டிருகேரா..."

"அப்பிடியா? சரி... அதையும் பார்த்திரலாம்..."

மற்ற அறுப்புக்காரர்களுக்கு எல்லாம் கும்மாளி பிறந்தது. எப்படியும் இன்று இது கடைசி நடை. முடியாத காரியத்தை ஏற்றுக் கொள்பவனல்ல கந்தையா என்று தங்கள் தலைவனை அவர்கள் அளந்து வைத்திருந்தார்கள்.

இரண்டு நார்களைச் சேர்த்துக் கட்டி முடிச்சுப் போட்டு, இணையாக ஒரு முழம் இடைவெளி விட்டு கிழமேற்காக நெடு நீளமாய் போட்டான் பூதலிங்கம்.

நல்லப்பப் படையைக் கொண்டு வந்து தலைச் சுமடுக்குத் தோதாக கதிர்க்குலை தாளின் உட்புறம் வரும்படியாய் மடித்துக் கட்டினான் நமச்சிவாயம். ஒவ்வொருவனும் அரியரியாய்ச் சேர்த்து படை திரட்டிக் கொண்டு கொடுக்க, இரண்டிரண்டு படையாக அடுக்கிச் சேர்த்து இறுக்கலானான் கந்தையா.

நான்குபேர் வாரிக் கொடுக்க, கந்தையா இறுக்க... கதிர்க் கட்டு கந்தையாவின் மார்புக்கு மேல் உயர்ந்து நின்றது.

மற்றெல்லாக் கூறுகளும் அமைந்துவிட்டன. நார்க்கெட்டுக்கான கூறுவடிக் கட்டும் கட்டியாகி விட்டது.

கட்டின் உயரத்தைப் பார்த்து பூதலிங்கத்தின் மனதுள் மறுக்கடி. 'எளவு பய சரீண்ணும் சொல்லீட்டானே... களுத்து நொறிஞ்சிராதா? சவத்துப் பய செமடு எடுத்து ஒருவாடு நாளாச்சே...'

இதேபோல் வேறு சிலருக்கும் வெப்ராளம். வாசி என்று வந்தால் அதனின்றும் பின் வலிப்பவனல்ல கந்தையா...

இதையெல்லாம் கவனிக்காமல் கணிசமாகத் தலைப் பாகையைக் கட்டினான். கந்தையாவின் மார்புக்கு மேல் வளர்ந்து நின்ற கட்டைப் பார்த்து மற்றவர்களுக்கு மலைப்பு.

வயல் பூராவும் அமைந்து விட்டது.

சமைந்த இருபத்திரண்டு கட்டுகளும் வரிசையாய் அணிவகுத்து நிற்கும் ரதங்கள் போல் வயலில் கிடந்தன. அவரவர் கட்டுக்கு முன்னால் அந்தந்த கூறுகாரர்கள்.

இடுப்பு வேட்டியின் மேல் நார்த்துண்டு ஒன்றை வைத்து இறுக்கி முடி போட்டான் கந்தையா.

கட்டின் உயரத்தையும் சுடலைமாடன் சிலைபோல் கந்தையா நிற்கும் தோற்றத்தையும் பார்த்து அச்சம் கொண்ட கங்காதரம் பிள்ளை சொன்னார்.

"கந்தையா... முடியும்ணா பாரு... சும்மா வீம்புக்குச் செய்து பல்லு பறிஞ்சிரப் பிடாது".

"பின்னே என்னதான் நினைச்சுப் போட்டேரு? ஒண்ணை ஏத்துகிட்டு அதை நடத்திக் காட்டாட்டா அதைவிட செத்திரலாமே... கந்தையா திராணியுள்ள அப்பனுக்குத்தான் பொறந்திருக்கான்... ஏ! ஏளெட்டு பேரு முதல்லே கெட்டை எடுங்கோ... பாக்கிப் பேரு என் கெட்டைத் தூக்கி விட்டுக்கிட்டு பொறத்தால கெட்டை எடுத்துக்கிட்டு வாருங்கோ... சரி... தூக்குங்கோ..."

ஏழெட்டு முக்கால் கட்டுகள் முந்தி தூக்கப்பட்டு நின்றன. பீமசேனன் மாதிரி தன் கட்டுக்கு முன்னால் நின்றான் கந்தையா.

சாதாரணமாக நான்கு பேர் சேர்ந்து ஓர் கட்டைத் தூக்கி வெட்டி உயர்த்தி தலைக்கு மேல் வைப்பார்கள். கந்தையா கட்டைச் சுற்றி பத்துப் பேர். கதிர் கட்டைத் தொட்டுக் கும்பிட்டு, குனிந்து கட்டின் அடிப்பகுதித் தாள்களைப் பற்றித் தூக்கி வெட்டி உயர்த்தி...

கந்தையா தலைக்கு மேல் ஏறிய கதிர்க்கட்டு, கோபுரம் போல் உயர்ந்து தோன்றியது. ஒரே தூணில் நிற்கும் கோபுரம். மருத்துவாழ் மலையைப் பிடுங்கிய அனுமார் போல் நின்று மற்ற கட்டெல்லாம் தூக்கப்படுவதைப் பார்த்தான் கந்தையா.

ஈரச்சகதியில் கால் வைத்து நடக்கத் துவங்கினர். சாதாரணமாக அவரவர் கட்டு தலைக்கு வந்ததுமே அவசர அவசரமாய், சுமை பொறுக்க முடியாமல் களம் நோக்கி ஓடுவதுதான் வழக்கம்.

இன்று ஒரு வாசி. வேடிக்கை பார்க்கும் உற்சாகம். சில கட்டுகள் முந்திப் போய் வரப்பில் ஏறின. மத்தியில் கந்தையாவின் கட்டு. அடுத்து பூதலிங்கம், என்ன ஆகுமோ என்ற திகிலோடு...

எல்லோர் பங்கிலும் கந்தையா படை வாரி இருந்ததால், அவனவனுக்கு கட்டு காற்றுப்போல் இருந்தது.

படைக் குதிரைபோல் நடந்தான் கந்தையா...

பூவத்தான் கோயிலைச் சுற்றி, பெரிய கால்வரப்பில் ஏறி, நேரே தெற்கே மாங்கோணத்தை நோக்கி...

பெரிய வரப்புதான் என்றாலும், எலி பிடிக்க, நெல் எடுக்க என்று வரப்பெல்லாம் வெட்டுப்பட்டு பிளந்தும் மலர்ந்தும் கிடந்தன.

கந்தையா போனான் போக்கு... பூதப்பாண்டி தேர் கழுவேற்றி மூலை தாண்டியதும் ஓடும் ஓட்டம் போல்... சுற்றிச் சூழ வயல்களில் நின்ற மற்ற அறுப்படிப்புக் குழுவினர், மாடு மேய்ப்போர், மீன் பிடிப்போர், எலி வெட்டுவோர், வயல் காப்போர் யாவரும் வாய் பிளந்து பார்க்க... கந்தையா போனான் போக்கு.

கந்தையா சும்மா நடந்தாலேயே பூதலிங்கம் ஓட வேண்டும். இப்போது "தொங் தொங்"கென்று விரைவான ஓட்டம்.

மாங்கோணத்தின் வடக்குப் பத்தின் தொடக்கம் இலுப்பாற்றில் இருந்தது. இலுப்பாற்றின் கரையில் ஏறி, தண்ணீரில் கால்களை

அளைந்து சேறு போக்கி நடக்கும் போது ஆற்றின் படித்துறையில் குளிக்கும், சீலை துவைக்கும் பெண்கள் நிமிர்ந்து பார்க்க...

ஆற்றைத் தாண்டி ரோட்டில் ஏறி, சப்பாத்தில் இறங்கி ஓடினான் கந்தையா.

போகிற வழியில் ஓர் முருங்கை மரம். காளியம்மையின் முருங்கை. நடுத்தெருவை வளைத்துக் கொண்டு ஆலமரமாய்ப் படர்ந்து நின்றது. ஏற்கெனவே ஓர் அமாவாசை விரதத்துக்கு பூதலிங்கம் இரண்டு காய் கேட்டு, காளியம்மை தர முடியாது என்று சொன்னபோது கந்தையாவும் கூட இருந்தான். அறுத சண்டாளி, வாய்விட்டுக் கேட்டும் தரவில்லையே என்று அவனுக்கு வருத்தம்.

கதிர்க்கட்டைக் கொண்டு ஓடுகையில், முருங்கை மரத்தின் கீழ்க்கிளை கட்டில் தட்டும் என்று தோன்றியது அவனுக்கு. முட்டை மடக்கி, சற்றுக் குனிந்து, கிளைக்கு நேரே கீழ் நின்று நிமிர்ந்து ஓர் உன்னு உன்னி...

'மடக்'கென்று கொப்பு முறிந்து வசமாய் கட்டின் மேல் உட்கார்ந்து கொண்டது. பெரிய கொப்பு ஆனதால் தெருவே வெளிவாங்கிப் போயிற்று. பூவும், பிஞ்சும், காயுமாகத் தோரணம் தொங்க, முருங்கைக் கிளையோடு ஓடினான் கந்தையா...

சத்தம் கேட்டு காளியம்மை தெருவுக்கு வந்து பார்த்தாள்.

"அட காலனாப் போவான். என் முருங்கையை முறிச்சுப் போட்டானே! இவன் வெளங்குவானா? தொலங்குவானா?" ஆதி ராகத்தில் ஒப்பாரி துவங்கியது.

படப்பு போல் கதிர்க்கட்டும், அதன் மேல் பாதி முருங்கை மரமுமாய்ப் போகும் கந்தையாவை ஊரே அதிசயமாய்ப் பார்த்தது.

"அட இப்பிடியும் உண்டுமா?"

"இது என்ன வெளையாட்டு?"

"கந்தையாவா கொக்கா?"

"மலை முளுங்கி மாதேவனுக்கு கதவு ஒரு பப்படம்லா... இது இவுனுக்கு எந்த மூலைக்கு?"

"அவனைப் பாத்தா கனத்துப் போறவன் மாரியா தெரியு? கூறுவடிண்ணா இவம்லா கூறுவடி..."

ஆளுக்கொரு பக்கமாய் மூக்கில் விரல் வைத்தனர்.

'விறீர்' என்ற களத்துக்குப் போனான் கந்தையா. எல்லாக் கட்டும் போடும் சூட்டில் போடாமல், தனியாக, நடுக்களத்தில் 'தொபீர்' என்று போட்டான்.

எல்லாக் கட்டுகளும் வந்தன. குடையை மடித்து கைக் கிடையில் இடுக்கிக் கொண்டு கங்காதரம் பிள்ளையும் வந்தார்.

கட்டை அவிழ்த்து, நாரை உருவி, நிலையடி அடித்துப் போட்டாயிற்று. பொலி அளவு மரக்காலைக் கொண்டு அளந்து பார்த்தால் - பத்தொன்பது மரக்காலும், ஆறுபடி நெல்லும்.

கங்காதரம்பிள்ளை அயர்ந்து போனார்.

"நீ வேலக்காரன்தான்டே... சம்மதிச்சேன்... சரி! குறுணி நெல்லு அளந்து எடுத்துக்கோ..."

"ஏன் குறுணி?"

கங்காதரம்பிள்ளையின் முகம் ஒரு தினுசாய்ப் போனது. கந்தையாவுக்கு அதன் பொருள் புரிந்தது. சட்டென்று கோபம் வந்தது. பூதலிங்கத்தைப் பார்த்துச் சொன்னான்.

"பூலிங்கம்... கொத்தை மாத்திரம் அளந்து வாங்கீட்டு வா. நமக்கு குறுணியும் வேண்டாம் பதக்கும் வேண்டாம்".

தலைமுண்டை அவிழ்த்து தோளில் போட்டுக் கொண்டு, 'விறிட்'டென்று நடந்து களத்தை விட்டு வெளியேறினான் கந்தையா...

2

கந்தையாவுக்கு நிலபுலன்கள் ஏதும் கிடையாது. ஆனால் உழைப்பில் முறுகிய உடல் இருந்தது. அவன் கொண்டு வரும் நெல்லோ, பணமோ ஆறு பேர்கள் கொண்ட அந்தக் குடும்பத்தின் அத்தியாவசியத் தேவைகளுக்கு போதுமானதாக இருந்தது. விவசாயக் கூலி வேலைதான் என்றாலும் வேலையில் சாமர்த்தியமும் நாணயமும் உண்டு.

சுக்கு நாறிப் புற்கற்றை போல் சிலுப்பும் தலைமுடியைக் கைவிட்டு அளைந்துகொண்டு அவன் பேசும் பேச்சு பாக்கு கடிப்பது போல் இருக்கும்.

ஒருத்தரைப் போல் கூலிக்கு கறட்டு வழக்கு பிடிப்பவனல்ல. ஆனால் பேசிய கூலியில் இம்மி குறைத்து வாங்கும் பழக்கமும் இல்லை.

"கந்தையா... நம்ம குண்டிலே ரெண்டு வண்டி உரங் கெடக்கு, கீளப்பத்துக்கு செமக்கணுமே..."

"செமந்திரலாம்..."

"என்ன கேக்கே?"

"எந்தக் குண்டு? வேதக் கோயிலுக்கு பக்கத்திலே கெடக்கே அதா?"

"ஆமா!"

"ஆறு ரூவா ஆகும்".

"ஆறு ரூவாயா? அது கூடுதலுடே..."

"அஞ்சே முக்காலுக்கு யாராம் செமக்காண்ணா குடுத்திரும்..."

"என்னடே இப்பிடி முறிச்சுப் பேசுகே?"

"அண்ணனுக்கு நம்ம கொணம் தெரியும்லா? ஒருத்தனைப் போல ஆசை புடிச்சு நான் கூலி கேக்கவனில்லே..."

"சரிப்பா எண்ணைக்கு செமப்பே?"

"நாளைக் களிச்சு..."

உரம் சுமந்து, குண்டைக் கூட்டி வாரி வயலில் போட்டு, சாலையோரப் புறம்போக்கில் நிற்கும் நாலைந்து எருக்கலை, ஆவாரை, பீ நாறிச் செடிகளை வெட்டி குண்டில் போட்டுவிட்டு உரம் சுமக்கச் சொன்னவர் வீட்டுக்குப் போவான் கந்தையா.

"என்னா கந்தையா? செமந்தாச்சா?"

"ஆமா..."

"பணம் நாளைக்குத் தந்தா போராதா?"

"இல்லண்ணேன்... குறுக்குக் கடுக்க வேலை செய்த அலுப்பு கூலியைக் கண்டாத்தான் ஆறும் பாத்துக்கிடும். இண்ணத்த அலுப்பு இண்ணையோட போகணும்..."

"பத்து ரூவா நோட்டா இருக்கேண்ணு பாத்தேன்..."

"கொண்டாரும். ரங்கையா கடையிலே ஒரு பக்கா அரிசி வாங்கீட்டு மாத்தித் தாறேன்..."

உரம் சுமப்பு, மண் வைப்பு, கூரைக்கு ஓலை கட்டு, குழை அரக்கு, வரப்பு வெட்டு என்று மதிப்பு வேலைகள். அறுத்தடிப்புக் காலங்களில் அறுத்துக் கட்டவோ, சூடடிக்கவோ, குழுக்கள் திரட்டி அதற்குக் கூறுவடியாக... கந்தையாவுக்கு என்று எத்தனையோ வேலைகள் இருந்தன.

இந்த வேலைகள் தவிர ஜாதகம் பார்ப்பது கந்தையாவுக்குப் பொழுதுபோக்கு. ஆண்டு மாதம் தேதியும் நேரமும் கொண்டு நட்சத்திரம் பார்த்து ஜாதகம் கணிப்பதும், ஏற்கனவே கணிக்கப் பட்டிருந்த ஜாதகத்தைப் பார்த்து பலன் சொல்லவும் நிச்சய தாம்பூலத்துக்கு 'சார்த்து' எழுதி வாசிக்கவும், மற்று எல்லா இந்துச் சடங்குகளுக்கும் நாள் நேரம் பார்த்துச் சொல்லவும் அவனால் முடியும்.

"ஓய் ஜோசியரே! நம்ம பிள்ளையெ மாப்பிளை வீட்டிலே கொண்டு விடணும். புதன் கிழமை நாளு கொள்ளாமா?"

"யாரை? அழயாண்டியரத்துக்காரியையா?"

“ஆமா...”

“புதனாச்சை சூலம்லா... அடுத்த திங்களாச்சை மத்தியானத்துக்கு மேலே கொண்டுவிடும்...”

“திங்கக்கிழமைண்ணா நாளு தள்ளிப் போச்சே...”

“பெத்துப் பொழச்சுப் போறவ... நாலு நாளு கூட இருந்துக் கிட்டுத்தான் போட்டுமே...”

கைக்கெட்டும் தூரத்தில் ஜோசியர் இருந்தால் எதற்கு எடுத்தாலும் நாள், நேரம்...

மாடு பிடிக்க, உழவில் மாட்டைக் கட்ட, புதுக் கலப்பை இறக்க, வீட்டுக்கு அஸ்திவாரம் போட, நிலைவிட, பால் காய்ச்ச, நல்லப்பம் விதைக்க, நட, நாற்றுப் பாவ, நாட்கதிர் கொள்ள, அறுக்க, வித்து உணத்த...

சில சமயம் கேள்விகள் வித்தியாசமாக வரும்.

“மருமகனே... மழை என்னடே போக்குக் காட்டுகு?”

“இன்னும் பத்து நாளைக்கு மழை கெடயாது அம்மாச்சா... அக்கினி நட்சத்திரம் தொடங்கின பெறவுதான்...”

“பத்து நாளு களிச்சுண்ணா சித்திரை பத்தாம் உதயதுக்கு வித்து விளாதே?”

“அதென்னமோ! இந்த முறை மழை பிந்தத்.தான் செய்யும்”.

செலவு இல்லாத ஆலோசனைகள் ஆனபடியால் கேட்பவர்களுக்குக் குறைவில்லை. சொல்வதற்கும் கந்தையா அலுப்பதில்லை.

ஜாதகம் கணிக்கவோ, பலன் பார்த்துச் சொல்லவோ, பொருத்தம் பார்க்கவோ வீடு தேடி வருவார்கள். வேலை முடிந்த பின் தட்சிணையாகக் கொடுக்கும் ஒரு ரூபாயோ, எட்டணாவோ அவனுக்கு பக்க வருமானம். குறைவு கூடுதல் என்று கேட்பதில்லை. கந்தையாவின் பெண்டாட்டி பொன்னம்மாளுக்கு சில சமயம் பொறுப்பதில்லை.

“ஆமா... நீரு வாயே தொறக்காதையும்... ஒரு மணிக்கூறு தொளைச்சுத் தொளைச்சுக் கேட்டுக்கிட்டு எட்டணா தந்துக்கிட்டுப் போறாரே மனுஷன் குறைச்சலில்லாமே...”

சிலமுறை சிரித்து மழுப்புவதும் பலமுறை எரிந்து விழுவதும் கந்தையாவின் வளமை.

நிச்சயதார்த்தத்துக்கு சார்த்து எழுதி வாசிக்கப் போனால் அன்று மட்டும் கந்தையாவுக்கு வருமானம் கணிசமாக இருக்கும். பெண் வீட்டுக்காரரும், மாப்பிள்ளை வீட்டுக்காரரும் இரண்டிரண்டு ரூபாய் தட்சிணை தருவது போக, நிறை நாழி நெல், பிள்ளையாருக்கு உடைத்த தேங்காய் முறிகள், மூன்று வெற்றிலை, வறட்டுப் பாக்கு, ஊதுபத்தி கொளுத்திக் குத்திய பழம் உட்பட மூன்று பாளையங்கோட்டன் பழங்கள் -

கந்தையாவுக்கு நான்கு மக்கள். பதினாறு, பதிமூன்று வயதில் இரண்டு பையன்கள், பத்து, எட்டு வயதில் இரண்டு பெண்கள். எப்போதும் நிச்சயதார்த்தம் முடிந்து மூன்று பழங்களே வருவதால் நிச்சயதார்த்த தினத்தில் முழுப் பழத்துக்காக பிள்ளைகளிடையே ஒரு கை கலப்பு உண்டு. அன்று சாப்பிட்ட பின் பொன்னம்மாளுக்கு வெற்றிலைக் கொலுவும் உண்டு.

மூன்று பிள்ளைகள் முதலில் இறந்தே பிறந்ததால், பின்னால் பிறந்த இந்தப் பிள்ளைகள் மீது கந்தையாவுக்கு அடங்காத பாசம். "மக்கா, மக்கா" என்று கொண்டு திரிவான். வெளியே எங்கே போய்விட்டுத் திரும்பினாலும் மடியில் ஒரு பொட்டணம் கட்டாயம் இருக்கும். வாழைப் பழத்துக்கு அடிக்கடி விழும் இந்த அடிதடியைப் போக்க கந்தையாவுக்கு ஒரே வழிதான் புலப்பட்டது.

விளக்கின் முன்னால் வாழை இலைத்தும்பின் மீது உட்காரும் சாணிப் பிள்ளையாருக்கு நான்கு பழங்கள் வைக்க வேண்டும் என்று கேட்க முடியாது. ஆனால் நிச்சயதார்த்தம் முடிந்து சாப்பிட உட்காருகையில் இலையில் போடும் பழத்தை யாருக்கும் தெரியாமல் எடுத்து அருகில் வைத்திருக்கும் நிறைநாழி நெல், தேங்காய் முறிகள் கொண்ட பைக்குள் போட்டு விடலாம்.

மாங்கோணத்தில் முத்தாரம்மன் கோயிலில் பௌர்ணமி தோறும் சிறப்புப் பூஜை உண்டு. காலையில் பாயாசம், இரவில் பிட்டமுது, வடை, சுண்டல். காலையில் தீபாராதனை துவங்க பத்து மணி ஆகிவிடும். பிள்ளைகள் எல்லாம் பள்ளிக்கு போனபின் சேண்டையும் மணியும் முழங்கும். ஐந்து வயதுக்குக் கீழ்ப்பட்ட சிறுவரெல்லாம் தம்ளரும் கிண்ணமும் கொண்டு ஓடுவார்கள். சில கிழவிகளும், ஒக்கல் பிள்ளைகளோடும் பெண்களும் போவர்கள்.

இரவில் வேலை முடிந்து ஆண்கள் திரும்பிய பிறகுதான் தீபாராதனை ஆகும். அதற்கு ஒன்பது மணிக்கு மேல் ஆகிவிடும். உறங்கமாட்டேன் என்று அடம்பிடித்து நிற்கும் சிறுவர் சிறுமியரைக் களைப்பூட்டும் வகையில் பூசாரி, “அம்மையே அப்பா ஒப்பிலா மணியே...யே ஒப்பிலா மணியே...” என்று தேவாரம் படிப்பார். இதற்கு பயந்தே பெரும்பான்மையான சிறுவர்கள் வீடுகளுக்கு உறங்கப் போய்விடுவார்கள். ஆண்கள் மட்டும் தேவாரம் முடியக் காத்திருப்பார்கள்.

அக்கம்பக்கம் கடைவாசலில், சப்பாற்றுப் படித்துறையில், சாத்தா கோயில் முகப்பில் உட்கார்ந்து கதை பேசுவோர் கூட தேவாரம் முடியும் சமயம் கணக்கிட்டு கோயிலினுள் குழுமுவார்கள். சில சமயம் பூசாரி நல்ல மனநிலையில் இருந்தால் போனால் போகட்டும் என்று, “பித்தா பிறைசூடி பெம்மானே அருளாளா” என்று இன்னுமோர் பாட்டை அவிழ்த்து விடுவார்.

சேண்டை அடிக்கும் மரச்சுத்தியலைக் கொண்டு பூசாரியின் மண்டையில் அடிக்கலாமா என்று பலருக்கும் கோபம் வந்தாலும், முத்தாரம்மனுக்குப் பயந்து, துவர்த்தை இடுப்பில் கட்டிக் கொண்டு, கைகூப்பி நிற்பார்கள். சூனாமானாக்கள் சாமியைக் கும்பிடுவது கொள்கைக்கு விரோதம் என்று கருதி கைகளை நெஞ்சில் கட்டி நிற்பார்கள்.

பிட்டமுது, சுண்டல், வடை விளம்பும் பூசாரியின் கண்களுக்கும் கைகளுக்கும் இரகசிய உடன்படிக்கை உண்டு. கை நீட்டுபவரின் முகத்தை ஏறிட்டுப் பார்ப்பதும், கையால் சருவத்திலிருந்து அள்ளிப் போடுவதும் சொல்லி வைத்தால்போல் நடக்கும். சிலர் கருத்துக்குப் பிடிபடாத கடவுள் போல், சிலர் முகத்துக்கும் பிட்டமுது பிடி கொடுப்பதில்லை. சிலர் முகத்துக்கு ‘எங்கெழுந்தருளுவது இனியே’ என கருணை பாலித்து கைச்சிறையில் கணிசமாய் அடைபடும். அது பூசாரிக்கும் பிட்டமுதுக்கும் மட்டுமே தெரிந்த மொழி.

கந்தையாதான் கோயில் விசேடங்களுக்கும் நாள், நேரம் பார்த்துச் சொல்பவன் ஆதலால் தீபாராதனை கழிந்து அவன் வீட்டுக்கு வரும்போது, இடுப்பு வேட்டியின் முந்தி நிறைந்து புடைத்திருக்கும்.

அதிகாலையில் கந்தையா வேலைக்குப் புறப்பட்டுப் போய் விட்டாலும் அடுக்களை உறியின் மீது பித்தளை வாளியில்

பிட்டமுதும், சுண்டலும், வடையும் சாதிவேறுபாடின்றி கலந்து கிடக்கும்.

சாதாரண நாட்களில் கூட, வேலை முடிந்து, குளித்து, திருநீறு பூசி முடித்ததும், முதல் சொல்லாய் கந்தையா வாயில் இருந்து புறப்படுவது "மக்களே சாப்பிட வாருங்கலே..." என்பதுதான்.

அவ்வளவு பாசம் வைத்திருந்ததாலோ என்னமோ, அவர்களை பட்டினியில்லாமல் பார்க்க அவன் பெரும்பாடுபட வேண்டியதிருந்தது.

3

அறுவடையெல்லாம் முடிந்து விட்டது. வயல்வெளிகளில் கானல் பறந்தது. சிரங்கை சிரங்கையாகச் சதுப்புகளில் நின்ற தண்ணீரைச் சூரியன் உறிஞ்சி உறிஞ்சிக் குடித்துக் கொண்டிருந்தான். ஆற்றில் தண்ணீர் வற்றிவிட்டது. பச்சைப்பாசி மிதக்க நாணத்தோடு தண்ணீர் ஒழுகியது. கால் வைக்கையில் வென்னீர் போல் கொதித்தது. வெயில் ஏற ஏற மிதக்கும் பாசியின் ஊர்வலம். எனவே பெண்டுகளும் ஆண்களும் வெயில் ஏறுமுன் அல்லது வெயில் தாழ்ந்த பின் குளிக்க ஆரம்பித்தனர். மிகவும் கலங்கலாகத் தண்ணீர் வந்ததால் படித்துறைகளின் பக்கமிருந்த மணல்வெளியில் ஊற்றுத் தோண்டி குடங்களில் தண்ணீரை நிறைத்தனர். தோண்டிய ஊற்றைப் பெரிதாக்கும்போதும், ஆழத்தை அதிகப்படுத்தும்போதும் ஊற்று கலங்கியது. கலங்கல் தண்ணீரை இறைத்துக் கொட்டி, சருவத்தில் வராத தண்ணீரைக் கையால் இறைத்ததும் பொன்னிற மணல் ஊற்றில் கிறுகிறுவென தண்ணீர் ஊறியது.

ஒரு கையால் குடத்தின் கழுத்தைப் பிடித்துக் கொண்டு, ஒரு கையால் ஊற்றுத் தண்ணீரை சருவத்தில் கோரி குடத்தில் மணல் விழாமல் மெதுவாக ஊற்றி...

சருவம் ஊற்று மணலில் உரசும்போது, 'சரங், சரங்' என்று ஓசை மெலிதாகக் கேட்டது. ஒருத்தி உட்கார்ந்து தண்ணீரை இறைத்து வைக்க, ஒருத்தி சுமந்து வீட்டிலிருக்கும் பித்தளைக் குட்டுவத்தில் அல்லது செம்புப் பானையில் நிறைத்துக் கொண்டிருந்தாள்.

பள்ளிக்கூடங்கள் அடைத்தாயிற்று. தாவணி போட்ட குமரிகளுக்கெல்லாம் காலையில் தண்ணீர் சுமப்பதே வேலை. இடுப்பில் குடத்தை வைத்து, குடம் இருக்கும் பக்கத்துக்கு எதிர்ப்புறம் சாய்ந்து கைவீசிக் கைவீசி நடந்து...

சதைப் பிதுங்கல்கள் இல்லாத மெலிந்த இடைகளில் தண்ணீர் பட்டு, தாவணி ஓரங்களை நனைத்தது. நனைந்த பாவாடை ஓரங்களை தெருப்புழுதி பிரியத்தோடு பற்றிக் கொண்டது. இந்த வேலை முடிந்ததும் குளிப்பு ஆகிவிடும். ஆதலால், அதைப் பற்றிக் கவலைப்படாமல், பாடு பேசிக் கொண்டு, கேலி பேசி சிரித்துக் கொண்டு தண்ணீர் சுமந்தார்கள்.

பெண் பிள்ளைகளுக்கு தண்ணீர் சுமப்பது போலவே, காலையில் மாடு குளிப்பாட்டுவது பையன்களுக்கு முக்கியமான வேலை. வயதுக்குத் தகுந்தாற்போன்ற மாடுகள்.

பால்குடி மாறாத கன்றுக்குட்டி, விடலைக்கன்று, கிடேரி, பால் கறக்கும் பசு, கறவை மாறிய பசு, சினைப்பசு, காளையங் கன்று, வண்டி மாடு, உழவு மாடு...

ஆற்றில் தண்ணீர் வரும் காலங்களில், ஆற்றுக்குக் கொண்டு போய் நீச்சிக் குளிப்பாட்டிக் கொண்டு வீடு திரும்புவார்கள். தண்ணீர் வற்றிவிட்டால்கூட, நட்டாற்றில் மாட்டை நிறுத்தி, கால் பெருவிரலில் கண்ணியின் தும்பைப் பற்றிக் கொண்டு குனிந்து கைகளால் தண்ணீரை மாட்டின் மேல் இறைத்து, சாணிப்பாலின் கறை போக நைந்த வைக்கோல் சுருணையால் தேய்த்துக் கழுவிக் கொண்டு போவார்கள்.

பெரும்பாலும் சிறுவர்களுக்கு கன்றுக்குட்டி, அதிலும் குறிப்பாக காளையங்கன்றுகளைக் குளிப்பாட்டுவதில் தனி உற்சாகம்.

சில கயிற்றோடு சேர்த்துப் பையனைக் 'கரகர'வென்று இழுத்துக் கொண்டு ஓடும். சில சத்தங்காட்டி அதட்டினால் வாலை முதுகுக்கு மேல் உயர்த்தி கொக்கி போட்டு முன்னங்கால்களைத் தூக்கிப் பாய்ந்தோடும். சிலவற்றைக் குளிப்பாட்டக் கொண்டு போகும் நாயைத் தண்ணீரை நோக்கி இழுப்பதுபோல் 'தறதற'வென்று இழுக்க வேண்டும்.

மாங்கோணத்தின் வடக்கு எல்லை இலுப்பாறு. ஆரம்பப் பள்ளியின் முன்னால் பெண்கள் படித்துறை. பள்ளியை ஒட்டி, கிழக்குப் பக்கம் சாலையிலிருந்து வடக்குத் தெருவுக்குப் போகும் முடுக்கு. முடுக்கு என்றால் ஒருதலைச்சுமடு தட்டின்றி போகும் அகலம். முடுக்கின் நடுவில் நின்று குறுக்காக இருபுறமும் கையை நீட்டினால் இரண்டு பக்கமும் இருக்கும் களங்களின் கட்டை மண்சுவர்களைத் தொடலாம்.

ஆற்றிலிருந்து ஊற்று நீரை செம்புக் குடத்தில் கோரிக் கொண்டு வேலப்ப ஆசாரியின் மகள் வீட்டுக்குத் திரும்பிக் கொண்டிருந்தாள். ஆற்றில் இன்னொரு குடத்தை வேலப்ப ஆசாரியின் விதவை அக்காள் நிறைத்துக் கொண்டிருந்தாள்.

காமாட்சிக்குப் பதின்மூன்று வயதிருக்கும். விடைப்பருவம். கண்களில் குறும்பும் ஆவலும் அச்சமும் மாறிமாறிப் பூச்சொரியும். வேலப்ப ஆசாரியின் பெண்டாட்டி சுப்பம்மாள் நல்ல சிவப்பு. அந்த சிவப்பின் சாரம் காமாட்சியிடம் பூராவும் இறங்கி இருந்தது. தனியாக, ஏதோவொரு சினிமாப் பாட்டை முணுமுணுத்துக் கொண்டு, குடத்தினுள் விரல் விட்டு தண்ணீர் சொட்டுக்களை வாயுள் சுண்டிக்கொண்டு நடந்து வந்தாள்.

தென்வடலாகக் கிடந்த நீண்ட முடுக்கின் தெற்குப் பக்கம் விக்கிரமசிங்கம் பிள்ளையின் மகன் சோணாசலம் கொம்பு முளைத்து, சிமிழ் தடிக்கத் துவங்கியிருக்கும் காளைக்கன்று ஒன்றைக் குளிப்பாட்ட பத்திக்கொண்டு வந்தான்.

விக்கிரமசிங்கம் பிள்ளைக்கு ஏராளமான புத்திர பாக்கியங்கள். முதல் மகன் நான்கு மைல் தள்ளி இருக்கும் பூதப்பாண்டியில் ஆரம்பப்பள்ளி ஆசிரியர். இரண்டாவது மகளை தெரிசனங்கோப்பு பண்ணையார் மகனுக்கு கட்டிக் கொடுத்திருந்தது. மூன்றாவது சோணாசலம். மீதிப்பேர் பல்வேறு வகுப்புகளில்.

அறுநூறுக்கு இருநூற்று நாற்பத்தாறு மதிப்பெண்கள் வாங்கி பதினொன்று தேறி, நகரத்துக் கல்லூரியொன்றில் புதுமுக வகுப்பு படித்து இரண்டாம் பாகம் தமிழ் மட்டும் தட்டுத் தடமாடி தாண்டி, மற்ற இரண்டு பாகங்களையும் மூன்று ஆண்டுகளாக முயற்சி செய்து வருபவன் சோணாசலம்.

இருபதுக்கு மேல் வயதாகிறது.

காலையில் மாடு குளிப்பாட்டுவது, பல் தேய்த்துக் குளிப்பது, காப்பிகுடி கழிந்ததும் படிப்பகத்துக்குப் போய் 'தினத்தந்தி', 'தினமலர்', 'தினமணி' இவற்றைக் கருத்தூன்றிப் படித்துவிட்டு புதன் கிழமையானால் 'ராணி'க்கும் சனிக் கிழமையானால் 'குமுதத்'துக்கும் காத்துக் கிடப்பது. அது கழிந்து அம்மன்கோயில் முகப்பிலோ, பள்ளிக்கூட படிப்புரையிலோ, இலுப்பாற்றின் கிழக்கு எல்லையில் இருக்கும் பாலுக்கலுங்கில் புன்னை மர நிழலிலோ உட்கார்ந்து அரசியல், சினிமா, ஊர்வம்பு

அளப்பது, தோன்றினால் மண்வெட்டியை எடுத்து தோளில் சாத்திக்கொண்டு வயல் வரப்புகளை வேகமாய் ஒரு சுற்றுச் சுற்றி வருவது. மத்தியானம் சாப்பிட்டுவிட்டு கொஞ்ச நேரம் தூங்குவது, சாயுங்காலம் பால்விட்டு ஆற்றிய கருப்புக்கட்டிக் காப்பியைக் குடித்து, தலைவாரி, பௌடர் போட்டு, நெற்றியில் சிரத்தையோடு திருநீறு வரைந்து, சட்டை போட்டுக் கொண்டு பெண்பிள்ளைகள் கண்ணில் தட்டுப்படும் இடங்களில் தன்னையொத்த பையன் களுடன் நிற்பது. எட்டு மணிக்கு இரவுச் சாப்பாட்டை முடித்து விட்டு அம்மன் கோயில் முகப்பில் உட்கார்ந்து பத்தரை மணி வரை வம்பளப்பது. இவை சோணாசலத்தின் அன்றாட அட்டவணை.

மாங்கோணத்தின் பெரும்பாலான இளைய பாரதத்தினருக்கும் பி.யூ.சி. தோற்றபின் இதுதான் வேலையாக இருந்தது. எல்லோருக்கும் அப்பாவிடம் பயமும் அம்மாவிடம் சலுகையும் இருந்தன. இந்த தினப்படி அட்டவணை போக கிழமைக்கும் ஒன்றிரண்டு நாட்கள் நகருக்குப் போய் அசோகா பவனிலோ ஆனந்தபவனிலோ இரண்டு சாதா தோசையும் நிறைய சட்டினி சாம்பாரும் தின்றுவிட்டு சினிமா பார்த்து வருவதும் உண்டு. ஒரு தனி மனிதரைக் கடவுளாகவும் இரண்டு தனி மனிதர்களைத் தலைவர்களாகவும் கொண்டு இயங்கும் இரண்டு திராவிடக் கட்சிகளின் தீவிர அரசியலில் அவர்களுக்கும் உரிய பங்கு இருந்தது.

அன்று காலை அட்டவணையைத் துவங்கி, காளைக்கன்று குளிப்பாட்டப் புறப்பட்ட சோணாசலத்தின் உடம்பில் எதிர் கோடியில் காமாட்சியைக் கண்டதும் ஒரு கிறுகிறுப்பு கிளம்பியது. காமாட்சி முன்னால் தன் வீரதீரத்தைக் காட்ட தினவு ஏற்பட்டது. ஏற்கெனவே கயிற்றை இழுத்துப் பறித்துக்கொண்டு வேகமாய் நடந்த காளைக்கன்றின் கயிற்றை இழுத்துக் கொண்டு எட்டி நடந்தான். பத்துப் பதினைந்தடி தூரத்தில் காமாட்சியை நெருங்கியதும், கன்றின் புட்டியில் கையால் ஒரு தட்டுத்தட்டி "ஆய்ய்" என்று சத்தம் கொடுத்து, தலைக்கயிற்றைச் சுண்டினான். வேகமாய் நடந்து கொண்டிருந்த கன்று மூச்சு வாங்கி, வாலை உயர்த்தி, குதி போட்டுத் துள்ளிப் பாய்ந்தது.

ஆண்பிள்ளையைக் கண்டு தலைகுனிந்து மிரண்டு நடந்து வந்த காமாட்சியின் முன்னால் காளைக்கன்றின் திடீர்ப் பாய்ச்சல். "ம்மா..." என்றோர் குன்னாளி போட்டு கன்று எகிறிப் பாய்ந்தது.

சத்தம் கேட்டு கண்ணுயர்த்திப் பார்த்த காமாட்சி மிரண்டு அரண்டு அங்கா இங்கா என்று ஒதுங்க முயல, காளையின் தலையசைப்பு குடத்தில் மோதி, தண்ணீர்க்குடம் 'தளங்'கென்று தரையில் விழுந்தது. கௌரவம் மிக்க கன்னிப் பெண்ணின் நகை தாங்காக் கழுத்துப் போல், காமாட்சியின் குடம் கழுத்து அமுங்கி அசிங்கமாய்க் கிடந்தது. பயந்து சுவரோரம் சாய்ந்த காமாட்சியின் இடது கை முட்டியில் இலேசான சிராய்ப்பு. இரத்தத் துளிர்ப்பு.

ஆற்றுக்குப் போய் முகம் கழுவி, பல் தேய்த்து, வீட்டை நோக்கி வந்த கந்தையா, முடுக்கில் திரும்பியதும் கண்ட காட்சி - மிரண்டு நிற்கும் காளைக்கன்று, அழுதுகொண்டு நின்ற காமாட்சி, கயிற்றை இழுத்துப் பிடித்துக் கொண்டு இளிக்க முயன்ற சோணாசலம்...

விறிட்டென்று பாய்ந்து சோணாசலத்தின் உச்சித் தலைமயிரைப் பிடித்து முகத்தை நிமிர்த்து, 'பளார்' என்று கன்னத்தில் ஓங்கி அறைந்தான் கந்தையா.

"...ப் பொறந்த பய... இதுதான் மாடு கொண்டு போக லெச்சணமா? பாவம்போலப் போற பொட்டைப் பிள்ளைகளைக் கண்டா மச்சான் மொறை கொண்டாடுகியா? போட்டும்மோ... அழாதே... குடத்தை எடுத்துக்கிட்டுப் போ..."

கந்தையாவைக் கறுவலாக ஒரு பார்வை பார்த்துவிட்டு சோணாசலம் காளைக்கன்றை பத்திக் கொண்டு போனான்.

4

மாங்கோணம் நாஞ்சில் நாட்டின் நடுப்பகுதியில் அமைந்த சிற்றூர். நாஞ்சில் நாடு வளப்பமானது.

மேற்குப் பக்கம் மஞ்சள் பாறைமலை. வடமேற்கே கிடார ஊத்து மலை. முக்கூடல் மலை. கிழக்குத் தொடர்ச்சி மலையின் துண்டுகளான அசம்புமலை, தாடகை மலை. வடக்கே அது தொடர்ந்து மருத்துவாழ் மலை வரை நீளும். வடக்கு மலையின் உலக்கை அருவியில் மழைக்காலத்தில் 'சோ'வென்று வெள்ளம் கொட்டும். கோடை காலத்தில் நாசி அடைப்புக்காரனின் மூக்குப் போல ஒழுகும். எட்டு, பத்து மைல் தொலைவில் இருந்து பார்த்தால் நீளமான வெள்ளிக்கல் போல் அருவி தெரியும். ஆண்டில் மூன்று மழைக்குக் குறைவில்லை. வடக்கு மலையில் மழை விழுந்தால் சில மணி நேரத்தில் இலுப்பாற்றில் செக்கர் புரளும்.

பெயர் இலுப்பாறே ஒழிய, தண்ணீர் - தண்ணீரா அது? கடற்கரையோரம் கொண்டை தாங்காமல் தொங்கும் பருவ இளநீர்... பொட்டல் காட்டில் வளர்ந்த பனையின் பதநீர்...

இயற்கையான ஆறு இலுப்பாறு. அனந்தன் ஆறும் புத்தன் ஆறும் வெட்டாறுகள். தண்ணீருக்கு கட்டும் காவலும் உண்டு. ஆனால் இலுப்பாறு காட்டாறு; உயிராறு. மழை பெய்தால்தான் இலுப்பாற்றில் வெள்ளம் வரும் என்று இல்லை. ஆங்காங்கே ஆற்றின் நெடுகிலும் கயங்கள் உண்டு. தன்னூற்றாகத் தண்ணீர் பொங்கும். பொங்கும் தண்ணீர் ஆறு நெடுக ஒழுகும். வெள்ளி மணலும், பச்சைப் பாசி ஓரங்களும் கோரைப் புற்களும் ஆனை அறுகம்புல் கொடியோடிப் படர்ந்திருந்த திரடுகளுமாக கோடை காலத்தில் கூட பழையாற்றுக்கு ஓர் அழகு உண்டு. பங்குனி சித்திரை வெயில் காலத்திலும் அந்த ஆறு சோக வயப்பட்டதில்லை.

இப்படி மூன்று ஆறுகளும், அதன் பக்கவாட்டுக் குளங்களுமாக நாஞ்சில் நாடு ஒரு நெற்களஞ்சியமாக இருந்தது. இது காரணம் பற்றியே பண்டு சேரனுக்கும் பாண்டியனுக்கும் தீராத சண்டைகள் நிகழ்ந்தன. காரும் பாசனமுமாக இரண்டு போகங்கள். மணல் குவியல்போல் நெற்குவியல்கள். வயல்கள் ஒவ்வொன்றும் வாரித் தட்டும். கடுக்கரை, அழகிய பாண்டிபுரம், காட்டுப்புதூர், அருமை நல்லூர், தெரிசனங்கோப்பு புரவுகளில் தட்டாரவெள்ளையும், பூதப்பாண்டி, தாழக்குடி, வெள்ளமடம், புதுக்கிராமம், தேரூர் வரை வாசறுமிண்டானுமாக நெற்பயிர்கள் அசைகின்ற அழகு...

நாஞ்சில் நாட்டில் மாங்கோணம் நடுநாயகமாக இருந்தது. விளைச்சலும் பொங்கிக் குவிந்தது. மாங்கோணத்தின் கிழக்கே கூப்பிடு தூரத்தில் இலுப்பாறு. இலுப்பாறு ஊரின் மேற்கே வளைந்து வடக்கிலும் கிழக்கிலும் சுற்றி ஓடும். இது தவிரவும் மேற்கே இரண்டாவது மைலில் அனந்தன் ஆறும் அதிலிருந்து நீர் வாங்கித் திளைக்கும் நாவற்குளம், நெடுங்குளம்... இலுப்பாற்றுக்குக் கிழக்கே இரண்டாவது மைலில் புத்தன் ஆறு. அதில் நீர்கொண்டு துளும்பும் பெரிய குளம், புதுக்குளம்... இப்படி ஆற்றுப் பாசனம், குளத்துப் பாசனம் என்று நீருண்டு மாங்கோணத்து நெல்வயல் புரவுகள் தோகை விரித்தாடும்.

நடவாகி நாற்பது நாட்கள் தாண்டி பக்கம் வைத்துக் கிளைத்துப் பயிர் வருவதைக் கண்டால் கண் மயங்கும். அரை வைத்துப் பொலி ஆவதற்கு முன்னால் சோளப் பயிர் போல் நெற்றாள் மடல்கள் காற்றைக் கிழிக்கும். தாளில் விளிம்பில் விரலால் தடவிப் பார்த்தால் இரத்தம் துளிர்க்கும்.

நீரும் நிலமும் வளம் பெற்றிருந்ததாலேயே மாங்கோணத்துக் காரர்களுக்கு கொஞ்சம் மிதப்பு. அந்த ஊர் சம்பா நெல்லைப் போலவே பேச்சிலும் ஒரு தெறிப்பு.

விக்கிரமசிங்கம்பிள்ளை தகப்பன் வழி சொத்து உள்ளவர். வீதத்தில் வந்த நான்கு ஏக்கர் தவிரவும் பிள்ளை இல்லாத பூதப்பாண்டி பெரியம்மாள் முத்தாச்சி செத்தபோது வந்த சொம்மு இரண்டு ஏக்கர். பெண்டாட்டி வழியாக வீரவநல்லூர் புரவில் மூன்று ஏக்கர். சொந்தமாக சமீபத்தில் புதுப்பித்த மட்டுப்பா போட்ட வீடு, மாடு கன்றுகள், தொழு, அறுத்தடிப்புக் களம், தென்னந்தோப்பு...

மாங்கோணத்தில் இரண்டு ஏக்கர் நன்செய் சொந்தமாக இருந்தால் நான்கு குழந்தைகள் உள்ள குடும்பம் வசதியாக வாழலாம். நான்கு ஏக்கர் இருந்தால் கொஞ்சம் தானமானம் கூடச் செய்யலாம். இந்த நிரக்கில் வைத்துப் பார்த்தால் விக்கிரமசிங்கம் பிள்ளை வசதியுள்ள புள்ளி. ஏகதேசம் ஐம்பது வயது ஆகியவர்.

விக்கிரமசிங்கம் பிள்ளையின் அக்காளைத்தான் கடுவாய் கங்காதரம்பிள்ளை கட்டியிருந்தார். ஒன்றுக்குள் ஒன்றாக உறவினர்கள் ஏழெட்டுக் குடும்பமாக மாங்கோணத்திலேயே இருந்தால் அவர்களுக்குப் பணக்கட்டோடு ஆள்கட்டுக்கும் குறைவில்லை.

"கூ" என்றொரு சத்தம் கேட்டால் போதும். சொந்தக்காரர்கள் யாவரும் தெருவில் கூடிவிடுவார்கள். ஏழெட்டுக் குடும்பம் வசதியுள்ள குடும்பம் ஆகையால் அவற்றைச் சார்ந்து இயங்குகின்ற உதிரிகளும் உண்டு. நல்லது கெட்டதுக்கு ஒரு பெரும்படையே திரண்டு விடும்.

பூ முகத்து வீடு என்றால் அது கடுவாய் கங்காதரம் பிள்ளையின் வீடு. அதை வீடு என்று சொல்லிவிட முடியாது. ஒரு சிறிய கொட்டாரம். கங்காதரம் பிள்ளையின் தாத்தா திருவிதாங்கூர் மகாராஜாவின் ராணிகளில் ஒருத்தியின் கொட்டாரத்தில் விசாரிப்புக் காரராக இருந்தவர். கண்டதும் கடியதுமாக ஒதுங்கியொதுங்கி செல்வம் வண்டலாய் மேடு கட்டியது. ஆட்ட பாட்டமெல்லாம் அடங்கிய பிறகு கணக்குப் பார்க்கையில் - வயல்கள், தோப்புகள், விளைகள், களங்கள், புரையிடங்கள் என அங்கு சேர்ந்து கிடந்தன. இரண்டு தலைமுறை சென்ற பிறகு ஒன்று இரண்டாகி, இரண்டில் ஒன்று மூன்றாகி, மூன்றில் ஒன்று கங்காதரம் பிள்ளையின் ஏகபோகம்.

கூனிமடைப்புரவில் இரண்டு கோட்டை விதைப்பாடு. சிவசூரியன் தெவக்கத்தில் மூன்று கோட்டை விதைப்பாடு. மேற்குப்பத்தில் ஆறு கோட்டை விதைப்பாடு - நன்செய் நிலங்கள். ஊரைச்சுற்றி மூன்று தென்னந்தோப்புகள். ஒரு வாழைத் தோட்டம். ஒளவையாரம்மன் கோயில் பக்கம் கடலை விளை. மாங்கோணத்தில் இரண்டு அறுத்தடிப்புக் களங்கள், இரண்டு மாட்டுத் தொழுவம், ஒரு பத்தாயப்புரை, பூமுகத்து வீடு...

பிற்பகல் வெயில் பழுத்துக் காய்ந்தது. மின்சார விசிறியின் அடியில் சாய்வு நாற்காலியில் கிடந்தார் கடுவாய். வலதுகைப்

பக்கம் முக்காலி மீது ஒரு தட்டு. கல்லுரலில் இடித்த முறுக்குப் பொடியில் தேங்காய் திருவிப் போட்டு, பஞ்சாரை தூவி, தட்டில் வைத்திருந்தது. பற்கள் ஆட்டம் கண்ட பிறகு கடுவாய்க்கு இந்த பக்குவத்தில்தான் முறுக்கு, முந்திரிக் கொத்து, மனகாவலம் எல்லாம் தீவனம். தட்டிலிருந்து ஒரு பிடி அள்ளி வாயில் போட்டு மென்று ஏதோ யோசனையில் இருக்கும்போது விக்கிரமசிங்கம் பிள்ளை மங்களாவில் நுழைந்தார். வந்தவர் சுவரோரம் கிடந்த மரப்பெஞ்சில் உட்கார்ந்தார். அவரைக் கண்டதும் அடுக்களையை நோக்கி கங்காதரம்பிள்ளை குரல் கொடுத்தார்.

“ஏட்டீ... உனக்க தம்பி வந்திருக்கான்...”

மற்றொரு தட்டில் முறுக்குப்பொடி வந்து பெஞ்சில் உட்கார்ந்தது.

“எனக்கு என்னத்துக்கு? அத்தானைப் போல் பல்லில்லாமலா இருக்கேன்? பல்லு விழப் பெறப்பிட்டாச்சுண்ணா முறுக்குத் திங்க ஆசை என்னத்துக்கு?”

கைப்பிடி அள்ளி வாயில் போட்டு மென்றார்.

சூடாகச் செம்பில் காப்பியும் இரண்டு தம்ளர்களும் வந்தன. கொத்துமல்லி, சீரகம், சுக்கு தட்டிப் போட்டு கொதிக்க வைத்த கருப்புக்கட்டிக் காப்பியில் பாலூற்றி ஆற்றி வைத்தால் ஏற்படும் வீடு நிறைந்த மணம்...

செம்பிலிருந்து காப்பியை தம்ளரில் ஊற்றிக்கொண்டு விக்கிரமசிங்கம்பிள்ளை சொன்னார்.

“அத்தான்கிட்டே ஒருவிசயம் சொல்லணும்னுதான் வந்தேன்...”

“ம்...”

“காலம்பற நம்ம பய சோணாயலம் காளைங்கண்ணு குளிப்பாட்ட போயிருக்கான். வடக்க முடுக்கோட பத்தீட்டு போகச்சிலே நம்ம வேலப்ப ஆசாரிக்க மக எதுக்க வந்திருக்கு... மாடு மெரண்டதிலே குட்டி பயந்து குடத்தைக் கீள போட்டுக்கிட்டு விளுந்து கையிலேயும் கொஞ்சம் ஒரச்சிருக்கும் போலிருக்கு. இதைப் பாத்துகிட்டு பொறத்தால வந்திருக்கான் கந்தையா... பயலைப் புடிச்சு பளிச்சுண்ணு செவிட்டிலே அடிச்சிருக்கான்...”

“ஓகோ!”

“அதான் நானா ஏதாங்கேக்கதுக்கு மிந்தி அத்தான் கிட்டே ஒரு வார்த்தை சொல்லிப் போடுவோமேண்ணு வந்தேன்...”

“கந்தையா கொஞ்ச நாளா கொண்டுகிட்டுத்தான் திரியான்... பூடந்தெரியாம சாமி ஆடுகான்... அண்ணைக்கு நம்ம பூவத்தான் கோயில் வயிலு அறுத்துக்கெட்டச்சிலே நம்மட்டேயே கத்திக்கிட்டு களத்தைவிட்டு வெளீல போயிட்டான்...”

“இதை இப்பிடீ விட்டுக்கிட்டிருந்தா எப்படி? ஆட்டைக் கடிச்சு மாட்டைக் கடிச்சு மனுசாளையும் கடிக்க ஆரம்பிச்சாச்சு... சோணாயலம் என்ன சின்னப் பயலா தெரியாம விடதுக்கு? அவனுக்கு வயது இருவது ஆகுல்லா? இதை நாமோ தட்டிக் கேக்காண்டாமா?”

“கொஞ்சம் பொறு... உடனே நாமோ கம்பெடு தடியெடுண்ணு பெறப்பட்டிர முடியாது அடிவிடிக்கு... கந்தையா ஒரு மொறட்டு நியாயக்காரன். அவன் ஒண்ணு செய்தா சரியாத்தான் இருக்கும்ணு ஊருகாரனுக பேசுவான்... அதும் பொட்டப்பிள்ளை வெவகாரம்... பாவப்பட்டவம் பிள்ளைண்ணது னாலதானே மாட்டைக் கலைச்சு வெளையாடினாம்ணு நாலு பேரு பேசுவானுக. அதனால இப்ப ஒண்ணுங் கேக்கப் பிடாது...”

“ஆனா இதை அப்பிடியே விட்டிர முடியுமா? கொறைச் சலுல்லா?”

“அதியமா யாருக்கும் தெரியாதே! ஒருத்தர்ட்டேயும் கொட்டடிக்காண்டாம்ணு நான் வேலப்ப ஆசாரிட்டே கூப்பிட்டுச் சொல்லுகேன்... கந்தையாவை பொறவு கெவுனிக்க விதத்திலே கெவுனிச்சுக்கிடலாம்... ஓம் பொண்டாட்டி செல்லம்மை கிட்டேயும் சொல்லு. அவபாட்டுக்கு தெரு நடையிலே உக்காந்து ராமாயணம் வைக்காம... ஒனக்க மகனையும் கொஞ்சம் தட்டிக்கேளு. சின்னப் பயலா இன்னும்? மூந்திக் கருக்கல்லே சந்திக்குச்சந்தி நிண்ணு பீடி குடிக்கானுகோ... போறவாற ஆளுகளைப் பரியாசம் செய்யானுகோ... அண்ணைக்கு செல்லி நாடாத்தி குடிசைக்குக் கிட்டே சோணாயலமும் தங்கப்பனுக்க மகன் குருசாமியும் வெளக்கு வைக்கச்சிலே லாந்துகான். கொஞ்சம் கெவனமா இருக்கச் சொல்லு. மத்த காதற கூதற மூதியளை மாரியில்லே நாமோ... அந்தசுள்ள குடும்பமாக்கும்... அதைக் கெடுக்கதுக்குத் தலையெடுத்திராமே...”

"சரி! நான் கேக்கேன்..."

"கேக்கேன்னுட்டு மோணைத்தனமா சாட்டைக் கம்பைக் கையிலே எடுத்துக்கிட்டு நிக்காதே... தோளுக்கு மேல் வளந்த பிள்ளை, நயமாக் கேளு..."

விக்கிரமசிங்கம்பிள்ளை எழுந்து போன பிறகு, ஈசி சேரில் சாய்ந்து கைகளைப் பிடரியில் கோர்த்து அணைத்து எதையோ யோசிக்கத் துவங்கினார் கங்காதரம்பிள்ளை.

5

மாங்கோணத்தின் வடக்கிலும் கிழக்கிலுமாய் வளைந்தோடும் இலுப்பாற்றில் ஊருக்கு வடக்கே எல்லையாக இருக்கும் படித்துறைக்கு நேரே வடக்கில், ஆற்றின் அக்கரையைத் தாண்டி, வயல்வெளிகளின் நடுவில், ஊரிலிருந்து ஒரு ஃபர்லாங் தூரத்தில் திரடு ஒன்று இருந்தது. வயற்காட்டின் வெள்ள மட்டத்தில் இருந்து மூன்றாள் உயரத் திரடு. இரண்டு ஏக்கர் பரப்பு இருக்கும். நெடுங்குளத்தின் பெரிய வாய்க்கால் வரப்பில் இருந்து திரட்டுக்குப் போக ஒற்றைத்தட வரப்பு. எப்புறமும் வயல்களும் நடுவில் உயர்ந்து நின்ற திரடும் அதன் மரங்களுமாய், 'மழுமழு' வென்றிருக்கும் பெண் கன்னத்தில் மயிரடர்ந்த மச்சம் போல் காட்சி தந்தது.

திரட்டில் 'குருகுரு' வென அடர்ந்த மரங்கள். மரங்கள் என்றால் மா, பலா, வாழை அல்ல. விண்ணை முட்டும் தேவதாருக்கள் அல்ல. குற்றி குற்றியாய் நான்கு முதல் பத்து அடி உயர மஞ்சணத்தி, முள் நிறைந்த அழிசம் புதர்கள், காரமுள் கூட்டம், நெற்று கிலுகிலுக்கும் வாகை. வயலின் உட்புறமாய் வளைந்து சடைத்த ஓர் புங்கு. யார் களைக்கும் எட்டாமல், காய்ந்து தொங்கும் முருங்கைக் காய்களுடன் கொடுங்கோன்மையாய் வளர்ந்த தவிட்டு முருங்கை, 'நெடுநெடு' வென வளர்ந்திருந்த இரண்டு தென்னைகள். குலையில் இரண்டோ மூன்றோ காய்கள் கொச்சங்காய் தண்டியில் காய்த்துக் கிடக்கும். யாரும் ஏறி அத்தனை எளிதில் பறித்துவிட முடியாத உயரம். ஆள்வைத்து ஏறிப் பறிக்கச் செய்தால் கிடைக்கும் தேங்காயின் மதிப்பை விட, ஏற்றுக்கூலி அதிகம் கொடுக்க வேண்டியதிருக்கும். நெற்றுப்பட்டு அடர்ந்து தானாக விழுந்தால்தான் உண்டு. அதுவும் புதர்களுக்குள் விழுந்தால், மழை பெய்து முறைத்த பிறகுதான் வெளியே தெரியும்.

வெளியே தெரியும்போது தேங்காயினுள் தவண்கூட இருக்காது. அந்த நரங்கிய கன்றுகளை நட்டுப் பயிராக்கவும் முடியாது.

மரம் வகையைச் சார்ந்த இவற்றைத் தவிர, திரட்டில் தினுசு தினுசாக் கொடி செடிகள் உண்டு. தொட்டால் வாடி, நொறிஞ்சான், பீநாறி, நாயுருவி, குருக்கு, நெருஞ்சி, சுடக்கு, கோரை, நாணல், எருக்கு, பூச்சிமுள் என்று எத்தனையோ?

மீதி கிடக்கும் இடங்களில் எல்லாம் காட்டுப் பிச்சி கொடியோடிப் படர்ந்திருந்தது.

செடிகளைத் தவிர அந்தத் திரட்டில் முக்கியப்பட்டதாக இருந்தது உயரமானதொரு கறையான் புற்று. எங்கு பார்த்தாலும் செறிந்து கிடக்கும் செடி கொடிகளை ஆதிக்கம் செய்வதுபோல் ஆறடி உயரத்தில் தூர் கனத்து துஞ்சி கூம்பிய புற்று. புற்றின் காரணம் பற்றியே திரட்டுக்கு கறையான் திரடு என்று பெயர்.

ஆண்டுக்கு ஒருமுறை குழை அரக்கப்பட்டு, மழுங்கச் சிரைக்கப்பட்ட தலைபோல், தூரத்திலிருந்து பார்க்கையில் கறையான் திரடு ஆபாசமாகக் காட்சி அளிக்கும். நாஞ்சில் நாட்டில் மழைக்கு குறைவில்லை ஆதலால், அரக்கப்பட்ட மரங்கள் துளிர்க்கும். பூக்கும், காய்க்கும். முன்னிரவுப் பொழுதுகளில் அந்தப் பக்கம் யாராகிலும் போகையில் வெள்ளை நிற மஞ்சணத்தில் பூவின் வாசம் ஆளைக் கிறக்கும்.

பச்சையாய்க் காய்த்து, கறுப்பாய் மஞ்சணத்தி பழுக்கத் துவங்கினால், மைனாக்களின் படையெடுப்பு. மைனாக் கூடுகளில் இருந்து குஞ்சு எடுக்க சிறுவர்களின் படையெடுப்பு...

மழைக் காலங்களில் 'பொல்'லென்று பூத்திருக்கும் காட்டுப் பிச்சி... கொடி தாங்காமல் உடல் எங்கும் பல்லாகத் தெரியச் சிரித்துக் கொண்டு 'மளமள' என்று பூப்பறிக்கத் துவங்கினால், சட்டென்று மடி நிறைந்துவிடும்.

"ஏட்டீ அங்க எல்லாம் போகக்கூடாது... ஊருப்பட்ட பதவலு... பூச்சி கட்டை கடிக்கும்... அண்ணைக்கு ஆறுமுகம் பெரீய்ய பாம்புச் சட்டை பாத்தம்ணு சொன்னா..."

தாயார்கள் சட்டம் செய்வதெல்லாம் எடுபடாது. பறித்த பூக்களை வீட்டில் கொண்டு கொட்டி, ஊசியில் நூல்கோத்து, நூலில் பூக்கொருந்து, சடையில் வைத்து, பூச்சரம் இடமும் வலமும் அசைய அசைய நடப்பதில் அவர்களுக்கு ஓர் இன்பம்.

இவர்கள் தவிர அதிக ஆள் நடமாட்டம் இல்லாத திரடு அது. களைபறிப்பு காலங்களில் கஞ்சி குடிக்கக் கரையேறும் பெண்கள், முன்னடியில் கவிந்திருக்கும் புங்கமர நிழலில் உட்காருவார்கள். தைரியமாய் உள்ளே நுழைந்து சுள்ளி பொறுக்கச் செல்லும் பெண்களின் கால்களில் வெடித்துச் சிதறி இருக்கும் நெருஞ்சி நெற்றுகள் அடையடையாய் அப்பிக்கொள்ளும்.

அறுபது ஆண்டுகளுக்கு முன்னால் -

மாசி, பங்குனி வெயிலில் நிலமெல்லாம் காய்ந்து பிளந்து வெடித்துக் கிடக்கையில்,

வழி நடக்கும் மனிதர்களைத் தாகம் வறட்டுகையில்,

நாக்கைத் தொங்கப் போட்டு நாய்கள் துவளுகையில்,

வடக்குமலையில் எங்கிருந்தோ மேகங்கள் திரண்டன. கூடிக் கலந்தன. கறுத்தன, குமுறின.

கொடி மின்னலில் கண்கள் கூசிக்கூசி விழித்தன.

அடைமழையாய் வானிலிருந்து தண்ணீர் கொட்டியது.

கோடைமழை -

தெருக்களில் புழுதி அமைந்த ஓர் நூதன மணம். மழை மேலும் பெய்தது. அழுக்கெல்லாம் கரைந்து தெருக்கள் மணலோடின. மடிப்பு மடிப்பாய்.

இரவு முழுவதும் கடுமையான மழை.

தரிசில் உழுது விதைக்கப் போதும் என்று சிலர்,

மண்குளிர்ந்து புட்டமுதாய்ப் பொங்கிவிடும் என்று சிலர்,

ஆற்றில் வெள்ளம் வந்து குளங்கள் பெருகிவிடும் என்று சிலர்...

காலையில், வெள்ளம் கட்ட அடித்த மழையின் ஈரம் நிலத்தில் எதுவரை இறங்கி இருக்கிறது என்று பார்க்க மண்வெட்டியை எடுத்துக் கொண்டு மனகாவலம் வயலுக்குப் போனான். கறையான் திரட்டின் வடக்கே கிடந்த அவன் வயலில் வெட்டிப் பார்த்தான். கோடி மண்வெட்டிமுங்க ஈரம் இருந்தது. மண்வெட்டியில் மண் சொதசொதத்தது. முற்றிலும் இந்த ஈரம் கீழ்மண்ணில் இறங்கினால், கலப்பையை எவ்வளவு ஆழத்தில்

பிடித்தாலும் தரை தட்டாமல் மண்ணை மாவாய்ப் பிளந்து மலர்த்தும் என்று புரிந்தது.

வீட்டுக்குத் திரும்ப எண்ணியபோது 'மடேல்' என்று ஏதோ விழுந்த சத்தம் கேட்டது. கறையான் திரட்டில் நின்ற தென்னம் பிள்ளையிலிருந்து தேங்காய் நெற்றோ, தென்னை மடலோ விழுந்திருக்கும் என்று எண்ணி, பார்த்துவிட்டுப் போகலாம் என்று திரட்டின் வழிநடையில் ஏறி, நடுத்தோப்பில் பார்வையை ஓட்டுகையில்...

மனகாவலத்தின் உடல் ஒரு சிலிர்ப்புச் சிலிர்த்தது.

ஆறடி உயரம் இருந்த கரையான் புற்று அடியோடு சாய்ந்து கரைந்து கிடந்தது. புற்றின் நட்ட நடுப்பகுதியில் ஒரு முகம்...

அருளும் சினமும் கலந்து தெறிக்கும் கண்களையும் புன்னகைக் கீற்றையும் கொண்ட கல் முகம்...

உச்சி மீது படமெடுத்து நின்று வெயில் காய்ந்த செந்நாகம்.

காலை ஏழரை மணிச் சூரியனின் மஞ்சள் கதிர்களில் குளித்துக் கொண்டு, வெகு கம்பீரத்துடன் தலையை அப்புறமும் இப்புறமும் திருப்பித் தோரணையாய் பார்த்துக் கொண்டு...

"ஓவ்" என்றொரு சத்தம் போட்டு, மண்வெட்டியையும் மறந்து ஊரை நோக்கி ஓடினான் மனகாவலம்.

மாங்கோணத்தில் உத்தேசம் இருநூறு வீடுகள் இருக்கும். ஐந்து தெருக்கள். இணையிணையாய் மேற்கு, நடு, கிழக்கு தெருக்கள். கால்மாட்டில் வடக்குத் தெரு தலைமாட்டில் தெற்குத் தெரு. தெற்குத் தெருவின் மையத்தில், நடுத்தெருவை நேர்ப் பார்வையாகக் கொண்டு முத்தாரம்மனுக்கு கோயில் அமைந்தது. வடக்கோடும் பார்வையில் அம்மன். தெற்குத்தெரு சற்று அகலமான தெரு. அதன் மேற்குக் கோடியில் சாஸ்தா கோயில். கீழ்கோடியில் இலுப்பாற்றங்கரையும் சாலையுமான மேட்டிலிருந்து இறங்கும் சப்பாறு. நடுத்தெரு வடக்கே இறங்கி சாலையும் ஆற்றங்கரையுமான பாதையை செங்கோணத்தில் சந்திக்கும். சந்திப்பில் ஓர் புளியமரம். ஓர் ஆலமரம். ஓர் மாமரம். முக்கட்டு போல் நின்ற மரக்கூட்டத்தில், ஆலமரத்தின் நிழலில் பெண்கள் படித்துறை. பக்கவாட்டில் நின்ற ஆலமரத்தின் விழுதுகள் பேய் பிடித்த பெண்ணின் சடைமுடிபோல் தொங்கும். மண்புழுக்கள்

அடையடையாய் ஒட்டிக் கொண்டிருப்பது போல் ஆலமரத்தின் சல்லிவேர்கள் செம்பழுப்பில் தோன்றும்.

மிகப் பெரிய கொடையாகக் கழித்து, கறையான் திரட்டி லிருந்து அம்மன் சிலையை அகழ்ந்து எடுத்து, பல்லக்கில் ஏற்றி, வடக்குப் படித்துறை வழியாக ஏறி, ஊர் நடுவில் அமைத்திருந்த சிறிய கோயிலில் குடி அமர்த்தினார்கள்.

முதலில் ஊர் நடுவில் இருந்த அந்த மேட்டுப் பொட்டலில் நின்ற வேப்பமரத்தின் முன்னால் சிறியதாக செங்கல்லால் கோயில் எழுப்பி, முன்புறம் திறந்த மர அளி செய்தார்கள்.

பூ தோறும், அறுப்படிப்பு முடிந்த பின்பு, வீட்டுக்கு வீடு தலைக்கட்டுக்கு ஒரு வரி வீதம் நெல் பிரித்தார்கள். சேர்ந்த நெல்லை சீட்டு போட்டார்கள். முத்தாரம்மன் பெயரில் வயல்கள் வாங்கினார்கள். கோயிலை இடித்துப் பெரிதாகக் கட்டினார்கள். சுற்றிச்சூழ மதில் எழுப்பினார்கள். அம்மன் பெயரில் காலி மனைகள் வாங்கிப் போட்டார்கள். கோயில் வகைக்கு என்று பாத்திர பண்டங்கள் சேர்த்தார்கள். நெல் போட பத்தயப்புரை கட்டினார்கள். இவற்றை ஒழுங்காகக் கட்டி ஆள தர்மகர்த்தாக்கள் தோன்றினார்கள்.

முத்தாரம்மன் சகல சம்பத்துகளோடும், புடைசூழ சந்தனமாரி, சூலைப்பிடாரி ஆகிய தோழிகளோடும், பூதத்தான் என்ற சேனாதிபதியோடும், வைரவன் என்ற காவலோடும் மாங்கோணத்தை பஞ்சம், வறுமையிலிருந்தும் வாந்திபேதி, வைசூரி நோய் களிலிருந்தும் காத்து பாலித்து வந்தாள்.

முத்தாரம்மனுக்குக் கொடுக்கும் காணிக்கையாக, ஆண்டு தோறும் மாசி மாதத்தில் மண்டைக்காட்டு அம்மனுக்கு கொடை கழிந்த மறுகிழமையில் அம்மனுக்கு அன்னக்கொடை கொடுத் தார்கள். கார்த்திகை மாதத்துச் செவ்வாய்கள், தை அமாவாசை, மாசி மகம், பங்குனி உத்திரம், சித்திரை வருடப் பிறப்பு, வைகாசி விசாகம், ஆடி அறுதி என்று மாதத்துக்கொன்றாய் வரும் பண்டிகைகளில் சிறப்புச் செய்தார்கள். ஒவ்வொரு வீட்டின் விசேடத்தோடும் அம்மன் சம்மந்தப்பட்டாள். பிறந்த நாளுக்கு, கல்யாணம் மறுவீட்டுக்கு, சூலழைப்புக்கு, ஆண்டு நிறைவுக்கு என்று பாயசம் வைத்துக் கொடுத்து வழிபட்டார்கள்.

6

முத்தாரம்மன் கோயிலுக்கு சடையப்ப பிள்ளை பூசாரி. பிரம்புபோல் முறுகிய ஒல்லி உருவம். நெற்றியில் இருப்பது போலவே வயிற்றிலும் மடிப்பு வரிகள். எப்போது பார்த்தாலும் ஏழு நாள் பட்டினிபோல் ஒட்டிய வயிறு. வெற்றிலைக்காவி மின்னும் பற்கள். சிறுவர்களைக் கண்டால் முகத்தில் குறுஞ்சிரிப்பு. அவரைச் சுற்றி மூன்று வயது முதல் பன்னிரெண்டு வயது வரையான சிறுவர் சிறுமியர் கூட்டம் எப்போதும் இருக்கும்.

முத்தாரம்மன் கோயில் பூசாரி வேலை தவிர, மாங்கோணத்தின் ஆரம்பப் பள்ளியில் ப்யூன் வேலையும் உண்டு. கோயில் வேலை இல்லாத நேரங்களில் ஆரம்பப்பள்ளி வராந்தாவில் உட்கார்ந்திருப்பார்.

"லே மாடசாமி? எங்கலே போறே?"

"பல்லு தேக்கதுக்கு போறேன் பாட்டா..."

"கஞ்சி குடிச்சாச்சா..."

"இல்லே..."

"பைத்தியாரப் பயலே... ஆனை பல்லாடா தேக்கி? போலே... போயி முதல்லே கஞ்சி குடிச்சுக்கிட்டு வா..."

இடுப்பில் நிற்காத நிக்கரை இழுத்துப் பிடித்துக் கொண்டு திரும்பி ஓடும் பயலைப்பார்த்து ஒரு சிரிப்பு...

பூசாரிப்பாட்டாவிற்கு நன்றாகப் படம் வரைய வரும். சிலேட்டில் கலர்க்குச்சியால் மான், கிளி, கொத்து மாங்காய் என்று விதம் விதமாய் வரைந்து கொடுப்பார். தென்னங்குருத்து ஓலையில் சாட்டை, சங்கிலி, கிலுக்காம் பெட்டி, வாச்சு, ஊத்து செய்வார். பக்குவமாய்ப் பிசைந்த களிமண்ணில் காளை, யானை எல்லாம்

செய்வார். கொம்பு, ஒடுங்கும் முகம், வால் உருவாகும் காட்சியை வாயில் சளுவாய் ஒழுக பார்த்துக் கொண்டு பையன்கள் நிற்பார்கள். காளைகளில் விதம்விதமாய் வடிவம் கொடுப்பார். மொட்டைக் கொம்பு, கூழைக்கொம்பு, கோணக்கொம்பு, கூடு கொம்பு...

செய்து முடிந்ததும் பார்த்துக் கொண்டு நிற்கும் பையனைப் பார்த்துக் கொடுப்பார்.

"கொண்டுக்கிட்டுப் போயி உங்க அம்மை கிட்டே குடுத்து அடுப்பிலே போட்டு சுட்டுத்தரச் சொல்லு என்னா?"

"சரி பாட்டா"

"வளீல கொம்பை நொடிச்சிராதே... நொடிச்சையிண்ணா நாளைக்கு குஞ்சியைப் பிடிச்சு நறுக்கீருவேன்".

சிறுவர்கள் மாத்திரமல்ல, பெரியவர்களிடம், பெண்டுகளிடம் கூடக் குதூகலமாய் இருப்பார். வேடிக்கை பேசிச் சிரிப்பார். வீட்டு நடையில் உட்கார்ந்து கீரை ஆய்ந்து கொண்டிருக்கும் பெண்ணிடம் பேச்சுக் கொடுப்பார்.

"ஏவுள்ளா ! மத்தியானம் சாப்பிடுகதுக்கு பந்திரண்டு மணிக்கா கீரை ஆயே... வேலை செய்ய மாப்பிள்ளைக்கு நல்ல முட்டை, மீன் வாங்கி கறிவச்சுக் குடுக்காமே கீரைத் துவரனை வச்சுக் குடுத்தா அவன் என்ன வேலை வுள்ளா செய்வான்..."

நையாண்டியின் உள்ளே புதைந்து ஒளிந்திருக்கும் பொருள் கண்டு அந்தப் பெண் சிரிப்பதைக் காண அவருள் ஒரு மகிழ்ச்சி...

வெளியே இத்தனை குதூகலத்தோடு இருக்கும் பூசாரி சடையப்பபிள்ளை கோயிலுக்குள் புகுந்தால் வேறு மனிதர். வக்கிரமான ஒரு முகம் வந்து பொருந்திக் கொள்ளும். பிறவிச் சுமையை இறக்க முடியாமல் திணறும் வேதனையும் கோபமும் எரிச்சலும் கொண்ட முகம்.

"எளவு எத்தினை கொடந்தண்ணிதான் ஊத்திக் களுவு வேரு... போரும் போரும். தறை தேஞ்சு போயிராமே".

"ஏலே... அந்த பூக்கூடையை வாங்கீட்டு வாலே! எளவு மூதியோ எவ்வளவு நேரமாத்தான் பூக்கெட்டுகு..."

"லே அங்கிண என்ன எளவை எடுக்கே? போடுலே போடுலே கீளே... சவத்துப் பயக்க எங்கயாம் ஒளிஞ்சு போங்களேன்.

சேண்டை அடிச்சு பொறகு வாருங்கலே... போங்கலே, போங்கலே வெளீல... சவங்க என்னா பிள்ளைகளப்பா? ஒரு அடையிலே பொரிச்ச குஞ்சுக மாதிரி".

முறையாம் பிள்ளையை, எடுபிடி வேலைக்காரப் பையனை, கும்மாளி போடும் சிறுவரை அதட்டும் ஓசைகள்...

வேண்டாத மருமகளை வைத்து நடத்தும் மாமியார்போல், வெளியே அடித்துத் துரத்தப்பட்ட அடைக்கோழி போல், குரலில் எப்போதும் புறுபுறுப்பு...

பங்குனி மாதத்துப் பௌர்ணமி இரவு. செவ்வாய்க்கிழமை. வானம் நீலத் தகடாய் மின்னியது. மேகப் பூஞ்சிட்டுகள் கூட மலைக்கூடுகளில் அடைந்து விட்டன. இரவு எட்டரை மணி இருக்கும்.

முத்தாரம்மன் கோயிலினுள் ஒரு பரபரப்பு. எல்லா விளக்குகளும் எரிந்தன. சர விளக்கு போட்டாயிற்று. அம்மனுக்கு சோடிப்பு ஆயிற்று. நடை திறக்க வேண்டும் உடனே தீபாராதனை தொடங்க வேண்டும்.

ஆண்டு சிறப்பை மேற்பார்வை பார்த்துக்கொண்டு நின்றிருந்தான் கந்தையா. இது அவனுடைய அறுப்படிப்புக் கூட்டம் நடத்தும் சிறப்பு. பூ தோறும் அவர்களுக்கு இது பதிவு. சம்பாப் பூவானாலும் வாசறுமிண்டான் பூவானாலும் முப்பது நாட்களுக்குக் குறையாமல் அறுப்பு இருக்கும். தினமும் அறுப்புக் கொத்து அளந்து வாங்கிய பிறகு வெள்ளக்குடிக்கு என்று குறுணி அல்லது பதக்கு நெல் எடுப்பார்கள். அதுபோக கொத்து பங்கு வைக்கும்போது குறுணி நாலுபடி, பதக்கு அஞ்சுபடி என்று மிஞ்சுவதை மேலும் பங்கிடாமல் சேர்த்துப் போடுவார்கள். இப்படிச் சேரும் நெல் கூறுவடி கந்தையா வீட்டில், கோணிச் சாக்குகளில் பொது நெல்லாகச் சேர்த்து வைக்கப்படும். அறுப்படிப்பு முடிந்த பிறகு கூட்டமாய் அவர்கள் செய்வது இரண்டு வேலைகள். ஒன்று செட்டில் உள்ள எல்லோரும் சேர்ந்து வண்டி போட்டுக் கொண்டு முக்கூடல் அணைக்கோ, உலக்கை அருவிக்கோ, ஔவையாரம்மன் கோயில் காட்டுக்கோ போய், கோழிகள் வாங்கி அடித்து காட்டுப் பொங்கல் பொங்கிச் சாப்பிட்டுவிட்டு சாயங்காலம் திரும்புவது. இரண்டு. அந்தப் பூவின் அறுப்பு வேலை எந்த விக்கினமும் இல்லாமல் நடந்து முடிந்ததற்காக அம்மனுக்கு சிறப்பு நடத்துவது.

எல்லோரும் வலுவும் வயதும் உடைய வேலைக்காரர்கள் ஆனதால் ஆள் சகாயத்துக்குக் குறைவு கிடையாது. அவனவன் சொந்த அடியந்திரம் போல் எண்ணிக் கொண்டு, சாமான்கள் சேகரித்து சிறப்பு நடத்துவார்கள். சிறியதோர் கொடை போன்ற செலவுடன், முரசு மேளத்துடன், பூ, பழ, களப, சந்தன வாசனைகளுடன் சிறப்பு கழியும்.

அடைத்திருந்த கருவறையில் இருந்து வெளியே வந்து, பூசாரி சடையப்பபிள்ளை கந்தையாவிடம் தீபாராதனை கழிக்க எல்லாம் தயார் என்று பாவனையில் தலையை அசைத்தார். கந்தையா கோயிலின் முகப்பைப் பார்த்தான்.

கோயிலின் எந்த விசேடமானாலும் முதலடி கங்காதரம் பிள்ளை வந்தல்லாமல் தீபாராதனை கழியாது. தனி மனிதர்கள் நடத்தும் விசேடங்கள் ஆனால் இரண்டு நாட்கள் முன்னதாகவே சம்மந்தப்பட்டவர்கள் அவரிடம் தகவல் சொல்லி விடுவார்கள். அவரும் அன்று தெற்கே வடக்கே போகாமல் வீட்டில் இருப்பார்.

பூதோறும் கந்தையாதான் அவரை வீட்டில் போய் கூப்பிடுவது. ஆனால் இந்தப் பூவில், அந்தப் பந்தயக்குப் பிறகு, கங்காதரம்பிள்ளையிடம் இருந்த மதிப்பு கந்தையாவுக்கு சப்பென்று ஆயிற்று. அவர் வீட்டுப் படியேறிப் போய் இனியொருமுறை கூப்பிடுவது அவனுக்கு குறைச்சல் போலப்பட்டது. எனவே அவன் போகாமல், குழுவில் அவனுக்கு அடுத்த ஸ்தானத்தில் இயங்கும் பூதலிங்கத்தை விட்டு தகவல் சொல்லச் சொன்னான்.

சாதாரணமாக எட்டரை மணி அளவில் முத்தாரம்மன் கோயிலில் தீபாராதனை ஆகும். எட்டு மணிக்கெல்லாம் முதலடி ஆஜராயிருப்பார். அவராலான கட்டளைகளை முடுக்கி பூஜை நடவடிக்கைகளை மேற்பார்வை செய்வார்.

இன்று எட்டரை மணியும் ஆகிவிட்டது. முதலடியைக் காணவில்லை. ஒருவேளை வராமல் இருந்து விடுவாரோ என்று கந்தையாவுக்கு சந்தேகம் வந்தது. அன்று கோபித்துக் கொண்டு களத்தை விட்டு வெளியேறியதும், அவரது மைத்துனன் மகனைப் பிடித்து அடித்ததும், எப்போதும் போல் தானே நேரில் சென்று அழைக்காததும் உறைக்காமல் போகும் அளவுக்கு கங்காதரம் பிள்ளை அப்பிராணி இல்லை என்று கந்தையா எண்ணினான். என்றாலும் இத்தனை ஆண்டுகளாக, கோயில் முதலடி என்ற நிலையில் நடந்து வரும் நடைமுறையை முறித்துக் கொண்டு விட மாட்டார் என்று அவனுக்குத் தோன்றியது.

பூதலிங்கத்தைக் குறிப்பாகப் பார்த்தான் கந்தையா. புரிந்து கொண்டு முக்கால்கூறு முருகேசனை அழைத்துப் பார்த்து வரச் சொன்னான். முருகேசன் திரும்பி வந்து சொன்னான்.

"வெள்ளமடத்துக்கு ஒரு அவசரமாப் போயிருக்காராம்... எட்டு மணிக்குள்ள வந்திருவேம்ணு சொல்லீருக்காராம்... இப்பம் வந்திருவாராம்..."

கொஞ்ச நேரம் பார்க்கலாம் என்று கந்தையா சொன்னான்.

ஒன்பது மணியும் தாண்டியது. சிறுவர்கள் அலுப்பு கொண்டு தமக்குள் சண்டையிடத் துவங்கினர். பூசாரி 'வள் வள்' என்று அவர்கள் மீது எரிந்து விழுந்தார். தீபாராதனை காணவும், பிரசாதம் வாங்கிக் கொண்டு போகவும் குழுமியிருந்த ஆண்களும் பெண்களும் பொறுமை இழக்கத் துவங்கினர்.

இனி பார்த்துக் கொண்டு காத்து நிற்பதில் பொருளில்லை என்று தீர்மானித்து, ஊரில் பெரிய மனிதரும், மரியாதைக்கு உரியவருமான சகாதேவன்பிள்ளை பாட்டாவின் சம்மதத்துடன் நடை திறக்கப்பட்டது. தீபாராதனை ஆயிற்று.

தீபாராதனை ஆகி, மஞ்சள் காப்பு, திருநீறு வழங்கி பிரசாதம் விளம்புகையில் அம்மன் கோயில் வாசலில் வில்வண்டி வந்து நின்றது. கங்காதரம்பிள்ளை இறங்கினார். கோயிலினுள் நுழைந்தார். பூசாரியிடம் இருந்து திருநீறும், மஞ்சள் காப்பும் மட்டும் பெற்றுக் கொண்டு, கந்தையாவை ஒருதரம் முறைத்துப் பார்த்து விட்டு, 'விடுவிடெ'ன இறங்கி வீட்டுக்குப் போனார்.

அதை அவ்வளவாகப் பொருட்படுத்தாமல், பிரசாதம் சீராக வினியோகம் ஆகிறதா என்று கவனித்தான் கந்தையா.

பிரசாதம் விளம்பி முடிந்து, ஊர் மக்கள் எல்லாம் கலைந்த பிறகு கந்தையாவும் அறுப்படிப்புக் குழுவைச் சார்ந்த எல்லோரும், பூசாரியும் முறையாம்பிள்ளையும் நின்றனர்.

ஊர்வகைச் சிறப்பானாலும், தனியார் சிறப்பானாலும், பிரசாதம் விளம்பி முடிந்தபிறகு, செம்புத்தட்டு ஒன்றில் வெற்றிலை, பாக்கு, மூன்று பழங்கள், ஒரு தேங்காய் முறி, மஞ்சள் காப்பு, திருநீறு, துண்டுப் பூச்சரம், கணிசமாக பிரசாத வகைகள் வைத்து முதலடி வீட்டுக்குப் போகும்.

என்றுமுள்ள பதிவு போல், கொண்டுபோன முருகேசன் பிரசாதத் தட்டோடு திரும்பி வந்தான்.

—————————————————— மாமிசப் படைப்பு ♦ 44

சாமான்களை ஒதுங்க வைத்துக் கொண்டிருந்த கந்தையா, ஏறிட்டுப் பார்த்தான்.

"என்னடே முருகேசா? வேண்டாம்ணு சொல்லீட்டாராக்கும்..."

"இங்க ஒருத்தரும் இதுக்கு அலந்து கெடக்கல்லேண்ணு சொல்லுகாரு..."

"சரி! நீ வீட்டுக்கு எடுத்துகிட்டுப்போ... இவுனுகளை எல்லாம் விட இந்த கோயில் பிரசாதத்தைத் திங்கதுக்கு நமக்கு அவகாசம் உண்டும்... நீ எடுத்துக்கிட்டுப் போ... அவுரு உன்னையோ என்னையோ அவுமதிக்கல்லே, பாத்துக்கோ... நம்ம கூட்டத்திலே அறுத்துக் கெட்டுக இருவத்திமூணு பேரை அவமதிச்சிருக்காரு... பாத்துக்கிடலாம் போ..."

7

மாசி மாதம் அறுவடை முடிந்த பிறகு அங்கே வயல் வேலைகள் அதிகம் கிடையாது. முதல் நாலைந்து நாட்கள் அறுவடை ஆகிக் கொண்டிருக்கும்போதே, நிலத்தின் ஈரம் காய்ந்து விடுமுன், உளுந்து விதைத்து ஒருழவு உழுதுவிடுவார்கள். அதுவும் பத்து பூராவுக்கும் செய்வது இல்லை. வயற்காடு அடைப்பாக இருக்கும் இடங்களில் பத்துப் பதினைந்து ஏக்கர் வட்டத்தில் விதைத்து, காவலுக்கு வாட்டமான இடத்தில் சிறிய ஓலைக் குடிசை கட்டி, காவலுக்கு ஓர் ஆளையும் போட்டுவிடுவார்கள். மற்றபடி இடையில் ஓர் மழை முக்கால் பதத்துக்கு அடித்தால் தரிசாகக் கிடக்கும் வயல்களை தரிசடித்து, மறுத்து கட்டி உழவு உழுது போடுவார்கள். இல்லாவிட்டால் சித்திரை பத்தாம் உதயத்துக்கு மேல் பெய்யும் பருவமழையில் ஒரேயடியாய் தரிசு விதைப்பாக விதைத்துவிடுவதும் உண்டு.

எப்படி ஆனாலும் அறுவடை முடிந்த பிறகு இரண்டு மாதங்கள் சோம்பல் வாழ்க்கை. அறுத்தடிப்பு வேலைகளில் மிச்ச வாரங்கள் வீடுகளில் கிடக்கும். ஆதலால், அப்போது கஷ்டம் தெரிவதில்லை. விதைப்பாகி, பொடியுழவில் பயிரேறி, காய்ச்சல் வெள்ளம் நிறுத்தி, ஊடு கோரிப் போட்டு, தளை கொத்தி வைத்து, களை பறித்து, உரமும் போட்ட பிறகு பயிர் விளைந்து அறுக்கும் வரை வேலையே இருக்காது. அம்மா கொடுத்த சேனையின் பலத்தில்தான் வண்டி ஓட வேண்டும். ஒவ்வொரு பூவிலும் இதே வழக்கம். ஆண்டாண்டுதோறும் அந்த விவசாயக் கூலிகளுக்கு ஒறுவினைக் காலங்களில் பிரசவ வைராக்கியம் - இனிமேல் இது போல் சோம்பி இருப்பதில்லை. ஒறுவினையிலும் சோற்றுக்குப் பஞ்சம் வராமல் பார்த்துக் கொள்வது என்று. ஆனாலும் மறுபூவில் இதே கதை.

மாமிசப் படைப்பு ♦ 46

சும்மா இருக்கும் நேரத்தில் வேறு வேலை செய்யவும் ஒக்காது. அம்மன் கோயில் முகப்பில் நாயும் புலியும். பள்ளிக்கூட வராந்தாவில் தாயக்கட்டம். சாத்தா கோயில் பிரகாரத் திண்ணை களில் சீட்டுக்களி. எதிர்காலக் கவலைகளை ஒத்திவைக்கும் நிகழ்காலச் சோம்பல் சுகம்.

கூறுவடி கந்தையா குபேரன் அல்ல. ஆனால் அவன் கூட்டத்தைச் சேர்ந்த வேலையாட்கள் ஒவ்வொரு பூவின் ஒறுவினைக் காலத்திலும் முட்டைச் சொறிந்து, பல்லைக்காட்டி, கடன் கேட்கும்போது அவனால் பொறுக்க முடிவதில்லை. பெண்டாட்டியின் தாலிச் செயினைப் பணயம் வைத்து அவர்களுக்கு கடன் கொடுத்த காலங்கள் உண்டு. அப்படியும் அவர்கள் கோட்டைக் கடன் வாங்குவதை அவனால் தடுக்க முடியவில்லை.

கோட்டைக்கடன் கொடுப்பவனுக்கு இன்னும் இரண்டு மாதத்தில் வயல்கள் அறுக்கும் என்பது தெரியும். அப்போது உத்தேசமாய் நெல்விலை கோட்டைக்கு எண்பது ரூபாய்க்கு கீழே போகாது என்பதும் தெரியும். எனவே அறுவடை ஆகியதும் நெல்லாகத் தந்துவிட வேண்டும் என்று ஒப்பந்தத்தில் ஒறுவினைக் காலத்தில் கோட்டைக்கு ஐம்பதோ ஐம்பத்தைந்தோ வீதம் கடன் கொடுப்பார்கள். இந்த வஞ்சனையில் அகப்படும் நிர்ப்பந்தம் நேராத விவசாயக் கூலியே அங்கு கிடையாது.

கோட்டைக் கடன் கொடுத்தே தனது கோட்டையை வலுவாக்கிக் கொண்ட பண்ணையார்கள் அங்கு உண்டு. பணயம் வைக்க ஏதுமற்றவர்களுக்கு கோட்டைக் கடன் வாங்குவதைத் தவிர வேறு வழியும் கிடையாது. இதை நிரந்தரமாய்ப் போக்க என்ன வழி? தனது கூட்டத்து ஆட்களுக்காவது சும்மா இருக்கும் நேரத்தில் ஏதேனும் சிறு வேலை கிடைக்குமானால் - ஆனால் விவசாய வேலைகளைத் தவிர இவர்களுக்கு என்ன தெரியும்? கொஞ்ச நாட்களாய் கந்தையாவுக்கு இதே யோசனை.

அன்று மாலை, பூதலிங்கத்தோடு இலுப்பாற்றின் கரைமீது குளிக்க நடக்கையில், கல்லில் உரசிய முள் முருங்கைக் காயால் முழங்கையில் சுட்டதுபோல், கந்தையாவுக்கு அந்த யோசனை தோன்றியது.

ஆற்றின் செங்கோண வளைவின் உயரே, ஊரின் மேற்குத் தலைமாட்டில் இலுப்பாற்றின் மேலக்கரையில், பிராமணருக்கும்

வெள்ளாளர்களுக்குமாக அடுத்தடுத்து இருந்த சுடுகாட்டை ஒட்டி, ஆற்றின் உள் வளைசல். மேடாக இருந்த அந்த நான்கு ஏக்கர் பரப்புக்கு சுடுகாட்டுத் தோப்பு என்று பெயர்.

நாலைந்து புன்னைமரங்கள், நாணற் புதர்கள், நொச்சி, தாழைக் கூட்டங்கள், கடலாமணக்கு, காட்டாமணக்கு, காரமுட் செடிகள் எல்லாம் அங்கு வாசம். பெரும்பாலும் ஆனி ஆடி மாதச் சாரலிலும், ஐப்பசி கார்த்திகை மாத அடைமழையிலும் ஆறு நுரை பறித்து வெள்ளம் கக்குகையில் அந்த திரட்டின் மேல் வெள்ளம் பாயும். அதுவும் நாலைந்து நாட்கள்தான். மற்ற சமயத்தில் உபயோகமற்றுக் கிடக்கும் இந்த ஆற்றுப் புறம்போக்கு நிலத்தை வெட்டித் திருத்திக் காய்கறித் தோட்டம் போட்டால் என்ன?

நெடுநீளமாய்க் கண்களை ஓட்டினான் கந்தையா. ஆற்றின் கரையில் ஒரு தோட்டம் - வெண்டையும், கத்தரியும், பூசணியும், வெள்ளரியும், இளவனும் சீனி அவரையும், மிளகாயுமாய் பூத்துக் காய்த்து அலங்காரமாய் அசைவதாய்...

"பூலிங்கம் உங்கிட்ட ஒரு காரியம் கேக்கணும்!"

"ம்?"

"இன்னா கெடக்கில்லா சுடுகாட்டுத் தோப்பு! அதுலே ஒரு தோட்டம் போட்டா என்னா?"

"போடலாம்... எனக்க அப்பன் வீட்டு இடமா?"

"கோணக்களி கிண்டாம கேளு... ஒரு உபயோகத்துக்கும் இல்லாம சும்மாதானே கெடக்கு? கிழக்க தாளை மூட்டை ஒட்டி வேலியை அடைச்சு, மேக்கை சுடுகாட்டை ஒட்டி ஒரு வேலியைப் போட்டுட்டா கச்சிதமா நாலு ஏக்கர் இடம் விழும். நம்ம கூட்டக்காரன் எல்லாரையும் கூப்பிட வேண்டியது. ஆளுக்கொரு மம்பிட்டி, குட்டை, வெட்டுக்குத்தி... நிக்க மரத்தை ஒண்ணும் செய்யாண்டாம். மத்த பதவலுகளை வெட்டி மாத்தி, தரையை நிரப்பாக்கி, பாத்தி பிரிச்சு வெண்டை கத்திரி போடலாம். கீரை விதைக்கலாம். பக்கத்திலே ஆறு இருக்கு. தண்ணிக்கும் பஞ்சமில்லே..."

"செய்யலாண்டே... ஆனா புறம்போக்கு நிலமில்லா? நாளைக்கு பூவும் பிஞ்சுமா இருக்கச்சிலே பார்த்தியக்காரர் வந்து புடுங்கிப் போடும்பான். ஊருகாரன் நாலு சொல்லுவான். என்னத்துக்கு இந்த வம்பு எளவு?"

“பார்த்தியாரும் தாசீல்தாரும் வரச்சிலே பாத்துக்கிடலாம். ரெண்டு மாசப் பயிருதாலா? சும்மா அம்மன் கோயில்லேயும் சாத்தாங் கோயில்லேயும் இருந்து பல்லுக் குத்திக்கிட்டு இருக்கதுக்குப் பதிலா நம்ம பிள்ளைகளுக்கு ஒரு வேலையும் ஆச்சு... நாலு காசும் கெடைக்கும்... வீட்டுக்கு காகறிக்கும் பஞ்சமில்லே...”

“நீ சொல்லுகது ஒரு கணக்குக்கு நியாயமாத்தான் படுகு. ஆனா எவன் நிலத்திலேயோ பாடுபட்டுக் கிட்டு கடைசியிலே ஒண்ணும் இல்லாமப் போகப்பிடாது பார்த்தையா?”

“அதெல்லாம் வரச்சிலே பாத்துக்கிடலாம்பா... அப்பிடி நம்ம கையை மீறியா போயிரும்!”

“சரி... வாறது வரட்டும்... என்ன வந்தாலும் கடைசி வரைக்கு நானும் உம் பொறத்த உண்டும்ங்கதை மறந்திராதே...”

அன்று இரவு, கந்தையா குழுவின் ஆட்கள் எல்லோரும் பூதலிங்கம் வீட்டு முற்றத்தில் எட்டு மணிக்கு மேல் கூடினார்கள். எல்லோரும் வந்து சேர்ந்த பிறகு கந்தையா தனது திட்டத்தை வெளிப்படுத்தினான்.

ஆளுக்கொரு பக்கமாய் சந்தேகம்.

யார்யாருக்கு என்னென்ன வேலை?

விளைச்சலை எப்படிப் பங்கு வைப்பது?

வித்துகளை எங்கு வாங்குவது?

சந்தேகங்கள் தெளிந்த பிறகு, மறுநாள் காலை ஆறரை மணிக்கெல்லாம் அவரவர் வீட்டிலிருக்கும் குட்டை, மண்வெட்டி, வெட்டுக்கத்தி சகிதமாய் சுடுகாட்டுத் தோப்பில் கூடிவிட வேண்டும் என்று ஏற்பாடு.

மறுநாள் காலை. இலுப்பாற்றங்கரைக்குப் போனவர் கண்களில் ஓர் ஆச்சரியம். இங்கு என்ன யுத்தம் நடந்து கொண்டிருக்கிறது? இலங்கைக்குப் பாலம் போடும் வானரக் கூட்டம் போல் -

முட்களை மூட்டோடு வெட்டி அடையாள வேலி போட்டார்கள். குற்றி குற்றியாய் நின்ற எருக்கலை, பீநாறி, ஊமத்தை, தும்பை, குருக்கு, ஆமணக்கு ஆகியவற்றை வெட்டிப் போராய்க் குவித்தார்கள். நாணற்புதர், தாழம்புதர்களைத் தீயிட்டுக்

கொளுத்தி, பதவல்களை அள்ளி எரியும் தீ மேல் போட்டார்கள். 'பட், பட்' என்று சருகினுள் கிடந்த புன்னைக் காய்கள் வெடித்தன. இரண்டு மூன்று சாரைப் பாம்புகள் சீறிக்கொண்டு சாடின. நாலைந்து கானக்கோழிகள், கீரிப்பிள்ளை பதறி ஓடின...

செடிகளையெல்லாம் ஒருவாறு வெட்டி ஒதுக்கியானதும், அடையாளமாய் வேலி அமைந்ததும், கடல்போலப் பரந்து கிடந்தது தோட்டம்.

ஆற்றங்கரையோரம் வழி போகிறவர்கள் நின்று பார்த்தனர். வியப்போடும், எரிச்சலோடும், பொறாமையோடும் கந்தையாவிடம் காரியம் விசாரித்தார்கள். மனதுக்குள் "இது எங்க ஒப்பேறப் போகு... கொசவன் எள்ளு விதைச்ச கதை மாதிரித்தான் ஆகும்" என்று அற்ப சாந்தியை ஏற்படுத்திக் கொண்டு போனார்கள்.

நான்காவது நாள் மாலை, தோட்டம் புதியதோர் களையுடன் காட்சி தந்தது. செடி கொடிகள், சப்பு சவறுகள் எல்லாம் ஒதுங்கி விட்டன. நான்கு புறமும் சீரான முள்வேலி அமைந்துவிட்டது. மேடு பள்ளம் எல்லாம் சீராகி தோட்டம் நிரப்பாகக் காட்சி தந்தது. தோட்டத்தின் நடுவில் வெள்ளத்துக்காக ஓர் ஊற்று. ஊற்றுக்கு அருகில் காவலுக்கு ஆள் இருக்கவும், கண்டதும் கடியதுமான சாமான்கள் போட்டு வைக்கவும் ஓர் ஓலைக்குடிசை. தோட்டத்து மூலையில் உரம் போட்டு வைக்க ஓர் குண்டு...

தோட்டத்து நடுவில் நின்ற புன்னை மரங்கள் நான்கும் புறம்போக்கு வகை. ஆதலால் முறிபடாமல் நின்றன. வட்டமாய் விழுந்திருந்த அந்த மரநிழலில், ஆட்கள் ஓய்வுக்கு அமர்ந்து அமர்ந்து எழுந்ததில் மண்பசுமைப்பட்டு, குப்பை கூளங்கள் நீங்கி, நல்ல வெட்டையான ஓய்விடமாய் இருந்தது.

தோட்டம் நிரப்பாகி, பதவல்கள் ஒழிந்தபின் எல்லோருமாய் நின்று மண்வெட்டியால் சீராக வெட்டிக் கொடுத்தார்கள். தோட்டப் பயிருக்குத் தோதான வண்டல் கொண்ட மண். மண்வெட்டி 'சொருசொரு'வென்று இறங்கியது. 'மளமள'வென பாத்திகள் பிரிந்தன. குழிகள் விழுந்தன. வரம்புகள் அமைந்தன. வீடுகளில் கிடந்த கோழிக்காரம், குண்டு உரங்கள், அடுப்புச் சாம்பல் எல்லாம் குட்டை குட்டையாய் தோட்டத்தினுள் வந்து விழுந்தன.

8

குற்றாலம்பிள்ளைக்கு தொழில் விவசாயம் என்றாலும், கோளும் குண்டுணியும் சொல்வதில்தான் அபார நோட்டம். மாங்கோணத்தில் இரண்டு பேர் குற்றாலம்பிள்ளை இருந்தனர். ஒருவரில் இருந்து மற்றவரை வேறுபடுத்தும் காரணம் கொண்டும், குணம் கொண்டும் மேற்படியாருக்கு 'குண்டாமுட்டி' குற்றாலம் பிள்ளை என்பது இரட்டைப் பெயர் ஆயிற்று. ஆச்சரியம் என்ன என்றால், அவர் கோள் சொல்கிறவர் என்பதை யாவரும் அறிவார். ஆனாலும் அவருடம் பேசும்போது, குற்றாலம் பிள்ளையிடம் இருந்து கதிர் வீசும் ஆளுமை, எதிராளியை நம்ப வைக்கும்.

"ஆரு சம்முகமா? எங்கே தூரமா போறே?"

"வடசேரிக்கு மாமா... மாட்டுக்கு பருத்திக் கொட்டை இல்லை. ஒரு மூடை எடுத்து செவிடனுக்கு வண்டியிலே போடணும்..."

"ஆரு சங்கரனுக்கு வண்டியிலேயா? சரி! போட வேண்டியது தான்..."

"என்ன மாமா ஒரு மாதிரி இழுத்தால சொல்லுகேரு?"

"நமக்கு என்னத்துக்குப்பா வம்பு? நாளைக்கு நான் சொல்லிப் போட்டேன்னு வரும்... நமக்குத்தான் அவப்பேரு..."

"விசயத்தை விட்டுச் சொல்லுமே..."

"சொன்னாக் கேக்கமாட்டே... அண்ணைக்கு இதே மாதிரிதான் செல்லப்பன் ஒரு மூடை புண்ணாக்கு எடுத்து சங்கரனுக்கு வண்டில போட்டு அனுப்பினான். மூடையைப் போடச்சிலேகூட நானும் உண்டும். அஞ்சு மணி கார்லே நான் வந்திட்டனா? வீட்டுக்கு வந்து தண்ணியைக் குடிச்சுக்கிட்டு

தெக்குப்பத்து வயல்லே வெள்ளம் நிக்காண்ணு பாத்துக்கிட்டு வந்திரலாம்ணு போனேன். வயிலைச் சுத்திப் பார்த்துக்கிட்டு, ரோட்டிலே ஏறி, குண்டிலே இறங்கி கொல்லைக்கு இருக்கேன். தொலையிலே வண்டிச் சத்தங்கேக்கு. நானும் யாருக்கு வண்டியோன்னு நினைச்சிற்றேன். மடைக்குக் கிட்ட வந்ததும் வண்டி நிண்ணு. நெலவு உதிச்ச மேலே வத்திட்டு பாத்துக்கோ... ஒரு ஆளு வண்டிக்கு மேலே ஏறி குனிஞ்ச மூடையைப் பிரிக்கு. என்னதான் நடக்குண்ணு பாப்பமேண்ணு நான் அனக்கங் காட்டல்லே... சரசரண்ணு மூடையைப் பிரிச்சு என்னத்தையோ அள்ளி ஒரு பையிலே போட்டுக்கிட்டு திரும்ப மூடையை மூட்டித்தைக்கு... கொஞ்ச நேரங்களிச்சு வண்டி என்னைத் தாண்டிப் போகச்சிலே பாத்தா சங்கரனுக்கு வண்டி. நான் பின்னே நமக்கு என்னத்துக்கு வம்புண்ணு மூச்சு காட்டல்லே பாத்துக்கோ... பின்னே நீ நம்ம குடும்பக்காரம்லா... புத்திபோலச் செய்யி..."

"சரி மாமா... எனக்கும் போன மாசமே சம்சயந்தான். பின்னே திடீர்னு ஒருத்தர் மேலே குத்தம் சொல்லீர முடியாதுல்லா..."

வேறு இடத்தில் வேலையைக் காட்டும்போது குற்றாலம் பிள்ளையின் பாணி வேறுவிதமாக இருக்கும்.

"ஏய் சொர்ணப்பா... நீ ஆனாலும் பெரிய ஆளுடே! உண்ட வீட்டிலேயே கெண்டி தூக்கீட்டியே?"

"ஏன் அப்பிடிச் சொல்லீட்டேரு?"

"நீ இந்த பம்மாத்து ஒண்ணும் காட்டாண்டாம். எனக்குத் தெரியாமப் போயிரும்ணு பாத்தியோவ்...?"

"என்னத்துக்கு போட்டு சுத்தி வளைக்கீரு? சொல்லுகதை நேராத்தான் சொல்லுமே..."

"ஆமா... தெரியாதது போல நடிக்காதே... நம்ம தோப்பிலே வேலியைப் பிரிச்சுக்கிட்டுப் போயி கருக்கு பறிச்சுக் குடிச்சது தெரியாமப் போயிரும்ணு பாத்தியா?"

"ஒம்மாண நான் ஒம்ம தோப்பிலே பறிக்கல்லே!"

"பொய் ஏண்டே சொல்லுகே? ஒனக்க அப்பனும் நானும் ஒரு இலைலே சாப்பிட்டிருக்கோம். எனக்க தெங்கிலே ரெண்டு இளனி பறிச்சுக் குடிக்க உனக்கு எல்லா அதியாரமும் அவகாசமும் உண்டும்... நேராட்டே நீ போயிப் பறிக்கலாம். ஆனா அந்த

சுப்பையன் பயலை விட்டு மரமேறச் சொல்லி, அவுனுக்கு ரெண்டு, உனக்கு ரெண்டு... இது என்ன வேலைடே?"

"சொன்னா நம்ப மாட்டேங்கேரே... நம்ம தோப்பிலே நான் களவாங்குவேனா? பக்கத்திலே சைக்கிள் கடைக்காரரு தோப்பிலேல்லா பறிச்சோம். கருக்கை வெட்டிக் குடிச்சுக்கிட்டு சவுரியை நம்ம தோப்பிலே எறிஞ்சேன்..."

"அப்பிடிச் சொல்லு... கூட நாலுதாலா வெட்டிக் குடிக்கணும். நானும் அதுதாலா பார்த்தேன். அவன் நம்ம பிள்ளை மாதிரி... அவன் எதுக்கு களவாங்கணும்ணு?"

ஆனால் கதை அதோடு முடிவதில்லை.

வெஞ்சண சாமான் வாங்க வடசேரிக்குப் போகிறவர் முதலில் இறங்குவது திரவியம் பணிக்கரின் சைக்கிள் கடையில் தான்.

"என்ன ஓய் குத்தாலம் பிள்ளே? தூரமா வந்தேரு?"

"நீரு இப்பம் தோப்பு பக்கமே வாறதில்லையோ?"

"ஏன்? என்னாச்சு? ஞாயிற்றுக்கிழமை கூட வந்தேனே!"

"உம்மைக் கொண்டு தோப்பை பாக்க முடியல்லேண்ணா சவத்தை கையடிச்சிரும்... என்னத்துக்கு விறிதா எளவு?"

"இப்பம் என்ன ஆயிப்போச்சு? சமாச்சாரத்தைச் சொல்லும்..."

"என்ன ஆயிப்போச்சா? ம்... நல்ல கேள்வி. போறவன் வாறவன் எல்லாம் உம்ம தோப்பிலேதான் கருக்குக் குடிக்கான். பொதுமாமன் சொத்து மாதிரி. நீரானா போக்குமில்லே வரத்துமில்லே".

"காவக்கார தேவரு என்ன செய்யாரு?"

"யாரு கண்டா? முந்தா நாளு பந்திரெண்டு மணிக்கு அங்கிண போனேன். ரெண்டு பயக்கோ கருக்கை வெட்டிக் குடிச்சுக்கிட்டு கதம்பையை எனக்க தோப்பிலே எறியான்..."

"யாராரு?"

"அதை என்ன எளவுக்கு கேக்கேரு? காவலை சரியாட்டுப் போடும்..."

“போடுகேன் போடுகேன்... புள்ளிக்காரனுக யாருண்ணு சொல்லும்...”

“சொன்னாப்பிலே தூக்கி மறிச்சிரப் போறீராக்கும்... சவத்துப் பாட்டைத் தள்ளும்...”

“யாருண்ணு சொன்னாத்தான் என்ன உமக்கு?”

“வேற யாரு? சொர்ணப்பனும் சுப்பையனும்...”

“சொர்ணப்பனா? உம்ம சேக்காளிக்கு மகனா?”

“எவம்ணா என்ன? நியாயம்ணா நியாயம்...”

“சரி! நீரு மெனக்கட்டு வந்து சொன்னதுக்கு ரொம்ப உபகாரம். கெவுனிச்சுக்கிடுகேன்...”

குற்றாலம்பிள்ளைக்கு இதில் என்ன ஆதாயம் என்று தெரியவில்லை. ஆனால் இவ்விதம் அங்குமிங்குமாக சங்கு ஊதும் பண்டாரமாகத் திரிவதில் ஒரு சுகம் இருக்கத்தான் வேண்டும்.

சேற்றில் புரளும் எருமைக் கடாவுக்கு ஏற்படும் சுகம் போல்... புழுதியில் புரண்டு காலை உதைக்கும் கழுதையின் சுகம்போல் -

மேற்படி குண்டாமுட்டி குற்றாலம்பிள்ளை, கடுவாய் கங்காதரம் பிள்ளையின் வீட்டு வாசற்படியேறி, சுற்றுக்கட்டுப் படிப்புரையில் நுழையும்போது காலை பத்தரை மணி.

காப்பி குடி கழிந்து, விஸ்தாரமாய் அமர்ந்து வெற்றிலை போட்டுக் கொண்டிருந்த கங்காதரம்பிள்ளை, குற்றாலம் பிள்ளையைப் பார்த்து வரவேற்கும் பாவனையில் புன்னகை செய்தார்.

யாழ்ப்பாணப் புகையிலையை இடது கை உள்ளங்கையில் வைத்து இரண்டு தரம் கசக்கி முகர்ந்து பார்த்து அண்ணாந்து வாய்க்குள் போட்டுவிட்டு, வெற்றிலைச் செல்லத்தை குற்றாலம் பிள்ளை பக்கம் நகர்த்தினார்.

“வெத்திலை எல்லாம் பொறவு போடலாம்... உங்கிட்டே ஒரு காரியம் சொல்லணும்ணுல்லா வந்தேன்...”

மிளகளவு சுண்ணாம்பை வலது கை ஆட்காட்டி விரலில் திரட்டி வாய்க்குள் எறிந்து விட்டு, “என்ன சங்கதி?” எனும் பாவனையில் கங்காதரம்பிள்ளை முகத்தை உயர்த்தினார்.

“இலுப்பாத்தங்கரைப் பக்கம் நீ போயி எவ்வளவு நாள் இருக்கும்?”

“ம்?”

“இந்தப் பயக்க செய்ய அட்டூழியத்தைப் பாத்துக்கிட்டு இருந்தா எப்படி? ஆத்துப் பொறம்போக்கை அடைச்சு தோட்டம் போடுகானுக... இனி இப்படியே ஆளுக்கு ஆளு கரையை அடைச்சு தோட்டம் போட்டா ஆறு என்னத்துக்கு ஆகும்? வெள்ளம் எங்கோட பாயும்? சரி வெள்ளம் வாறபோது பாத்துக்கிடலாம்ணாலும் நம்ம மாடுகள் எங்கிண போயி மேயும்?”

பக்கத்தில் நீரூற்றி வைத்திருந்த வெற்றிலைக் கோளாம்பியை எடுத்து வெற்றிலைச் சாற்றை உமிழ்ந்துவிட்டு கங்காதரம்பிள்ளை சொன்னார்.

“அண்ணன் சொல்லுகது சரிதான். நானும் கெவுனிச்சேன். இதுலே நாம என்ன செய்ய முடியும்?”

“என்ன செய்ய முடியுமா? கோளாறு கொள்ளாம்! அப்பம் கையை கெட்டீட்டு இருப்போம். ஆத்தை குறுக்கே செறுத்து தென்னம்பிள்ளை வைக்கட்டு...”

“அண்ணனுக்கு ஆத்திரம் எனக்கு மனசிலாகு... இதுலே ஊரு என்ன செய்ய முடியும்? அவுனுக தோட்டம் போடுகது சர்க்கார் பொறம்போக்கு. ஊருக் கூட்டம் போட்டுக் கேட்டா, உங்களுக்கு கேக்கதுக்கு என்ன அதியாரம் இருக்கும்பான்... அவுனுக தனி ஆளு இல்ல பாத்தேரா? இருபது இருபத்தஞ்சு பேரு... அதையும் கெவுனிக்கணும்...”

“அதுக்காச்சுட்டி? ஒரு நியாயம் வேண்டாமா?”

“நியாயம் என்னண்ணேண் நியாயம்? அவனைக் கேட்டா அவன் நம்மைத் திருப்பிக் கேப்பான்... அண்ணனுக்கு மருமகன் ஓடைக்கரை புறம்போக்கை வளைச்சு ஒரு வரிசை தென்னம்பிள்ளை வச்சது என்ன நியாயம்பான்! ரோட்டு அருவிலே உரம் அடிச்சு வைக்கதுக்கு ஆளுக்கு ஆளு குண்டுதோண்டிப் போட்டிருக்கோமே அது என்ன நியாயம்பான்...”

“பின்னே இதை இப்படியே விட்டிரச் சொல்லுகையா?”

“கொஞ்சம் பொறும்... கந்தையாவை நாமோ சாமானியமா நெனைச்சிரப்பிடாது. எதிராளியை எடை போட்டுத்தான் அவன்

ஒரு வெவகாரத்திலே இறங்குவான். அவன் செய்தா சரியாத்தான் இருக்கும்னு சொல்லுகதுக்கும் ஊரிலே பத்துப்பேரு உண்டும்... எல்லாம் ரெண்டு நாளைலே நான் வயிலு கரந்தீக்கதுக்கு பகுதிக் கச்சேரிக்கு பூதப்பாண்டிக்குப் போவம்லா? பார்த்தியாரைப் பார்த்து சொல்லீட்டு வாறேன்..."

"பகவதிப் பெருமாள்லா இப்பம் பார்த்தியாரு? சவம் அவன் ஒரு கொணங்கெட்டவம்லா?"

"நம்மைக் கண்டா எல்லாம் கொணமாகும்... அண்ணன் மன சமாதானமாட்டு இரியும்..."

உண்மையிலேயே ஒரு மன சமாதானத்துடன்தான் குற்றாலம் பிள்ளை எழுந்து போனார்.

9

தோட்டம் பயிராகத் துவங்கி ரெண்டு மாதங்கள் கடந்து விட்டன. காடு மண்டிக் கிடந்த சுடுகாட்டு மேடா இது? பார்ப்பவர் மனதெல்லாம் ஆச்சரியம். நெடு நீளமாய், தென் வடலாய்க் கிடந்த தோட்டத்தின் வடக்குப் பக்கம் கீரைப்பாத்தி, கீரைப் பாத்தியை அடுத்து வெண்டை, கத்திரி, மிளகாய், சீனி அவரை, வேலியோரம் பீர்க்கு, கொடி அவரை, வேலியைச் சுற்றி அகத்திக் கன்றுகள். தெற்குப் பக்கம் பூசணி, இளவன், வெள்ளரிக் குழிகள்...

முளைக்கீரை பிடுங்கி முதலிலேயே விற்பனை ஆகிவிட்டது. வளர்வதற்கு விட்டிருந்த ஆறு மாத தண்டன் கீரைகள் வாளிப்பாய் நின்றன. உயரமாய் வளர்ந்திருந்த வெண்டையில் மஞ்சள் மஞ்சளாய்ப் பூக்கள். பூக்கள் உலர்ந்து விழுந்த இடத்திலிருந்து தொப்புள் குமிழாய் புறப்பட்டிருந்த வெண்டைப் பிஞ்சுகள் - இளம் மஞ்சள், இளம் பச்சை, இளம் சிவப்பு நிறங்களில். செழிப்பாய் வளர்ந்திருந்த கத்திரி, நீலமாய்ப் பூத்திருந்தது. அடர்நீலத்தில் கத்திரிப் பிஞ்சுகள். வெள்ளரியும் பூசணியும் இளவனும் புடலையும் பூத்துப் பிஞ்சு விட்டிருந்தன. அவரை கொடியோடிப் படர்ந்திருந்தது.

பல்லாண்டு காலம் தரிசாய்க் கிடந்த நிலம். ஊழியூழியாய் ஊறிய வண்டல் சேறு. போதாக்குறைக்கு போட்ட அடியுரம்.

தலை ஈற்று கிடேரிக் கன்றுகள்போல் ஒவ்வொரு பயிரும் வேர்ப்பலத்தோடும் தூர்ப் பலத்தோடும் கொழுகொழுத்திருந்தன.

தற்செயலாய் வருவதுபோல் பூதப்பாண்டி பகுதிக் கச்சேரி பார்த்தியக்காரர் பகவதிப் பெருமாளும் சேவகன் அய்யாக் குட்டியுமாக இலுப்பாற்றங்கரைக்கு வந்த போது தோப்பில் மும்முரமாய் வேலை நடந்து கொண்டிருந்தது. இன்னும் மழை விழவில்லை. வயல் வேலைகள் ஒன்றும் துவங்கப் பெற்றிருக்க வில்லை. ஆதலால் எல்லோரும் தோப்பிலேயே கிடந்தார்கள்.

மழை இல்லாததாலும், வெயில் காட்டமாய் அடித்துக் கொண்டிருந்ததாலும் ஆற்றில் வெள்ளம் தீரவே வற்றிவிட்டது. ஒழுகலாய் இரண்டு சிரங்கை, ஒழுகும் மூக்காய் வடிந்தது. பாசியும் தூசி தும்புமாய் அசிங்கமாய்க் கிடந்தது ஆறு. மணலில் ஊற்று தோண்டினால் தண்ணீருக்குப் பஞ்சமில்லை. மண்வெட்டி கொண்டு முட்டளவு ஆழம் தோண்டி ஒழுகும் நீரில் குளிப்பு. பெருத்த சரீரிகளுக்கு கவிழ்ந்து முங்கினால் முதுகு நனையாது. எனவே எச்சரிக்கை உணர்வோடு ஊற்றுச் சருவம் கொண்டு குளிக்கப் போனார்கள்.

தோட்டத்து நடுவில் தோண்டிய ஊற்றுக் கிணறு ஏழெட்டு அடி ஆழம் இருந்ததால் தண்ணீருக்கு தட்டில்லை. கிணற்றில் ஏற்றம் கட்டி, மாறிமாறி தண்ணீர் இறைத்தார்கள். பயிர்களுக்கு மூட்டில் கொத்திக் கொடுத்தார்கள். களை பிடுங்கினர். பூச்சி விழுந்திருந்த கத்திரி, வழுதுணை இலைகளை இணுக்கோடு ஆய்ந்து வேலிக்கு வெளியே வீசினர். தண்ணீர் ஓடி வருகையில் பாத்திகளுக்குப் பகிர்ந்து அனுப்பினர். புடலைப் பந்தலில் விழுந்திருந்த புடலைப் பிஞ்சுகள் சுருண்டு விடாமல் இருக்க வாழை நகரில் வெட்டாங்கல் கட்டி பிஞ்சின் தும்பில் முடிந்தனர்.

சுறுசுறுப்பானதோர் தொழிற்சாலையாய் தோட்டம் உயிர்த்து நிற்கையில், பகவதிப் பெருமாளும் சேவகனும் படலைக் கதவைத் தள்ளிக் கொண்டு உள்ளே இறங்கினர்.

கையில் குடை. காகிதங்கள் நிரம்பிய கனத்த தோல் பை. முரட்டுச் செருப்பு. கூடவே சேவகன்...

கந்தையா வணக்கமாக பார்வத்தியக்காரர் முன்னால் நின்றான்.

“எடோ... ஒனக்க பேரென்னா?”

“கந்தையா...”

“ஒண்ணும் கேள்வி முறை இல்லியா? சர்க்கார் வகையிண்ணா அம்மாச்சன் சொத்தாணோ? நாங்கள்ளாம் செரைக்கதுக்கா இவிட உத்யோகம் பார்க்கம்ணு நெனைச்சே...”

“அங்ஙத்தை கோவிக்கப்பிடாது... சும்மா தரிசாக் கிடந்து... நாலு வெண்டை கத்திரி போட்டா உபயோகமா இருக்கும்ணு...”

“அதுக்கு ஒரு கணக்கு வேண்டாமாக்கும்... இது மயானக் கொள்ளையால்லா இருக்கு. நாலு ஏக்கர் புறம்போக்கை

வளைச்சு... பகவானே... சர்க்கார் நிலத்தை ஆக்கிரமிச்சா சிட்சை என்னாண்ணு தெரியுமா?"

"அங்ஙத்தை அப்பிடியெல்லாம் சொல்லப்பிடாது. பாவப் பட்டவங்க பாத்துக்கிடுங்கோ..."

"நாளை ஒரு செடி கொடி இவிட நிக்காம் பாடில்லா... எல்லாம் பிடுங்கி மாற்றிக் களையணும்... இல்லாட்டா சர்க்கார் பிடுங்கி மாற்றும். அஞ்ஞூறு ரூபா அபராதம் கிட்டும்..."

"அங்ஙத்தை தயவு செய்யணும்... எல்லாம் பூவும் பிஞ்சுமா நிக்கி... இன்னும் ஒரு மாசம் போனா எல்லாம் பறிக்க ஆரம்பிச்சிரும்..."

"அதொண்ணும் எனிக்கு அறியாண்டாம்... மாற்றணும் எண்ணு சொன்னால் மாற்றணும்... திரும்பத் திரும்ப சொல்ல என்னைக் கொண்டு ஒக்காது..."

பார்த்தியக்காரரும் சேவகனும் போன பிறகு, எல்லோர் முகத்திலும் ஒரு கறுத்த நிழல்.

கந்தையா, பூதலிங்கத்தைக் கூப்பிட்டான்.

"பூலிங்கம்... கீரை வித்த பணம் பொதுவிலே எல்லாம் எவ்வளவு இருக்கும்...?"

"அறுவத்தெட்டு ரூவா சில்லறை..."

"அதிலே ஒரு இருவத்தஞ்சு ரூவா பிரத்யேகமாட்டு எடுத்துக்கிட்டு சாயங்காலம் வீட்டுக்கு வா... அதோட மாடசாமி கிட்டே சொல்லி கொஞ்சம் பிஞ்சு கத்திரிக்கா, வெண்டைக்கா, எளசா ரெண்டு கெட்டுக் கீரை, பத்துப்போல வெள்ளரிப்பிஞ்சு எல்லாம் சாயங்காலமாப் பறிச்சு ஒரு குட்டிச்சாக்கிலே போட்டுக்கோ..."

இரவு எட்டரை மணி சுமாருக்கு, ஆள் ஒதுங்கிய பிறகு, ஒன்றம் அறியாத வழிப்போக்கர் போல் நடந்து பகவதிப் பெருமாள் வீட்டின் சுற்றுச் சுவர் கதவைத் திறந்து வாசற்படி அருகே பணிவாய் நின்றனர்.

"யாரு?"

"அங்ஙத்தையைக் காணணும்..."

தோளை மூடிய துண்டுடன் பார்த்தியக்காரர் வெளியே வந்தார்.

“என்ன விசேசம்?”

“அங்கத்தை ஒண்ணும் தப்பா நெனைச்சுக் கிடப்பிடாது. நாங்களே வந்து நேரிலே பாத்து விசயத்தைச் சொல்லீரணும்ணுதான் இருந்தோம்... மனசிலே வச்சுக்கிடப்பிடாது...”

“எவ்வளவு வச்சிருக்கே?”

“இருவத்தஞ்சு ரூவா இருக்கு... கொஞ்சம் பிஞ்சுக் காகறியும் கொண்டாந்தோம். இளவனும் பூசணியும் இன்னும் வெளையல்லே...”

“சரி சரி... இந்தக் காய்ப்பு முடிஞ்சதும் எல்லாத்தையும் அழிச்சிரணும்... பின்னே, பூசணி வெளைஞ்சதும் அடி ஒண்ணும் கொள்ளாத காயா வலிதாயிட்டு பறிச்சுக் கொண்டா என்னா?”

“சரி அங்கத்தே...”

“போய்க்கோ... யாரும் அறியாண்டாம்...”

திரும்பி மாங்கோணத்தை நோக்கி ஆற்றங்கரை ஓரமாக நடக்கையில் பூதலிங்கம் அதிருப்தியோடு சொன்னான்.

“கோளாறு கொள்ளாம்... உடம்பை முறிச்சு பாடுபட்டு இவுனுகளுக்கு அழவா? தோட்டத்திலே பாதி கெணறுங்க கதையால்லா இருக்கு?”

“வேற என்ன செய்யச் சொல்லுகே? அவுனுகளுக்கு அழுகதை அழாம முடியுமா?”

“ஆமா... நாளைக்கு இதுபோல கடுவாயையும் பாத்து பணமும் காகறியும் குடுத்துகிட்டு வா... ஊர் முதலடியில்லா...”

“சும்மா பொலம்பாதே பூலிங்கம்”.

“என்ன பொலம்பாதேங்கே? இது யாருக்கு வேலைண்ணு எனக்கு தெரியாதுண்ணா நினைச்சே?”

“தெரிஞ்சு என்ன செய்ய?”

“தெரிஞ்சு என்ன செய்யவா? செறுக்கி விள்ளைகளுக்கு குறுக்கு எல்லை முறிக்காண்டாமா? அப்பிடி ஒரு வயத்தெரிச்சல்

வருமாங்கும்? இவுனுகளுக்கு வயிலும் தோப்பும் தோட்டமும் காச்சுப் பறிக்கயிலே நாம் வயிறெரியவா செய்யோம்?"

"அது அவுனுகளுக்கு சொந்த நிலம்..."

"சொந்த நிலம்... பொறக்கச்சிலே அம்மை வயத்திலேருந்து கூடவே கொண்டாந்தானுக. திரியியே திரிச்சீலையும் கொளுத்தீட்டு..."

"சரி விடு... சவத்துக்குப் பொறந்த பயலுகளுக்கு என்னமாம் வாய்க்கரிசி போட்டாத்தான் செவனேண்ணு கெடப்பானுக..."

10

பங்குனி மாதக் கடைசியில் அரைப்பதத்துக்கு மழை பெய்தது. கட்டி உழுவு உழுவதற்கும், தாள் பொறுக்கிச் சுடுவதற்கும் தோதாகப் பெய்த மழை. மண்ணைக் கிளறிப் போட்டால் சித்திரை பத்துக்கு மேல் பெய்யப் போகும் மழையில் கட்டி மரம் அடித்து வைத்து, கலப்பை முங்க உழுது பருவம் போவதற்குள் விதைப்பதற்கு ஏந்தலாக இருக்கும் என்று கருதி அவரவர் ஏர் மாட்டோடு, கலப்பை நுகங்களோடு பத்துக்காட்டில் இறங்கினார்கள்.

விவசாய வேலையும் கூலியும் கிடைக்கும் என்பதால், நாலைந்து நாட்கள் தோட்டத்துச் செடிகொடிகளுக்கு தண்ணீர் இறைக்கவோ பாய்ச்சவோ வேண்டாம் என்பதால், காவலுக்கு மட்டும் ஒரு பயலை நிறுத்திக் கொண்டு மற்ற வேலைகளைப் பார்க்கும்படி ஆட்களை அனுப்பிவிட்டான் கந்தையா.

பொடி உழவில் எப்போதுமே காலையும் மாலையும் உழவு உண்டு. காலை தரை வெளுக்கும்போது ஏர்கட்டி வெயில் சுடும் வரைக்கும், சாப்பிட்டு வெயில் சாயத் தொடங்குகையில் ஏர்கட்டி கண்வெளிச்சம் இருப்பது வரைக்கும் உழுவார்கள். பிறகு மாடுகளை அவிழ்த்து, தலைக்கயிற்றைக் கொம்பில் சுற்றி பத்திவிட்டு கலப்பைகளை நாட்டி வைத்து விட்டு, துடைக்கயிறு உழவுக் கம்புகளைப் பொறுக்கிக் கொண்டு மாடுகளின் பின்னால் நடப்பார்கள்.

சுடுகாட்டுக்கு வடக்கே, ஆற்றின் மேற்குப்புறம் கங்காதரம் பிள்ளைக்கும் விக்கிரமசிங்கம் பிள்ளைக்கும் சேர்த்து ஒரே வளைவாக பன்னிரண்டு ஏக்கர்கள் உண்டு. இரண்டு பேரும்

அத்தான் - மைத்துனன்மார் ஆனதால் இருவரின் ஏர்களும் சேர்ந்தேதான் வயலில் அடிபடும்.

கங்காதரம் பிள்ளையிடம் வண்டிக்காளை ஏர் இரண்டு. நாடன் காளைகள் ஏர் மூன்று. கரும்போத்து மாடுகள் ஏர் நான்கு. அதுபோலவே விக்கிரமசிங்கம் பிள்ளையிடம். மொத்தம் இருவரும் பதினாறு ஏர்கள். எந்தப் பெரிய வயலும் மூன்று மடக்குகள்தான். ஆறு சால்கள் அடித்தால் வயல் அமைந்துவிடும். கடைசி இரண்டு ஏர்கள் ஒரு மடக்கு வரப்புச் சுற்றி அடித்துவிட்டு வருவதற்குள் அடுத்த வயலில் பாதி உழவு ஆகிவிடும்.

மாடுகளும் கெதியானவை. ஒவ்வொன்றும் நம்பிரான்போல் பரபரவென்று நடக்கும். எந்த ஏரும் இடையில் சுணங்காது. வரப்புவெட்ட என்று இரண்டு ஆட்கள் தனியாக இருப்பதால், கஞ்சி வரும்போது அவர்கள் கையேர் பிடிப்பார்கள். ஏர்கள் முடங்காது மட்டுமல்லாமல் விக்கிரமசிங்கம் பிள்ளையோ, கங்காதரம்பிள்ளையோ குடையைப் பிடித்தபடி வரப்பில் நின்று கொண்டிருப்பார்கள். உழவுக்குள் விடுவதோ, வலத்தே வைத்துப் பிடிப்பதோ, முடங்குகளில் உழவு அறாமல் பொட்டு வைப்பதோ போன்ற வேலைப்பாடுகள் நடக்காது.

அன்று மாலை ஏர் அவிழ்க்கும்போது கண்வெளிச்சம் மங்கி விட்டது. சுடுகாட்டுத் தோப்புக்கு இரு ஃபர்லாங் வடக்கே ஆற்றில் மாடுகளை இறக்கி, தண்ணீர் இறைத்துக் கரையேற்றும் போது விக்கிரமசிங்கம் பிள்ளையும் புறப்பட்டார். மாடுகளுக்கு வைக்கோல் பிடுங்கி வைப்பதற்காக வேலைக்காரர்கள் எல்லோரும் உழவு கம்பு, துடைக்கயிறுகளை எடுத்துக் கொண்டு முன்னால் போய் விட்டனர். விக்கிரமசிங்கம் பிள்ளையும் அவர் விசாரிப்புக்காரன் சாந்தப்பனும், சாமியும் மாடுகளின் பின்னால் நடந்தனர்.

இருள், பயம் நீங்கி தைரியமாய் வெளி எங்கும் படரத் தலைப்பட்டிருந்தது. மரங்களில் மடல்களில் இருந்து குஞ்சம் குஞ்சமாய்த் தூங்கியது. சுடுகாட்டுத் தோப்புக்கு காவல் இருந்தவன் படலைக் கதவைச் சாய்த்து, கொச்சக் கயிற்றால் முடிந்துவிட்டு வீடு போய்ச் சேர்ந்தான்.

முன்னால் நடக்கும் மாடுகளையும், அடையடையாய் சேரத் துவங்கியிருக்கும் இருட்டையும், சுடுகாட்டுத் தோப்பையும்

கவனித்த விக்கிரமசிங்கம் பிள்ளையின் மனதில் விசித்திரமானதோர் வெறி ஏற்பட்டு ஆட்கொண்டது.

“சாந்தப்பா... சாமி ஆளு எப்பிடி? நம்பலாமா?”

“உயிரு போனாலும் சங்கதியை வெளீல சொல்லமாட்டான்...”

“சரி! முன்னால் போய் தோப்பு வாசலுக்கு முன்னே மாட்டை மறிக்கச் சொல்லு. நீ படலைக் கதவைத் தொற... நிரப்பா மேஞ்சதும் மாட்டைப்பத்து. அவயம் கிவயம் கேக்கப்பிடாது. காரியம் கச்சிதமா நடக்கணும்”.

ஒருச்சாய்த்து வைக்கப்பட்டிருந்த படலைக் கதவைத் திறந்து விட்டதும் நெரித்துக் கொண்டு பத்தமாய் உள்ளே சென்றன வண்டிக் காளைகள், நாடன் காளைகள், எருமைக் கடாக்கள்...

நொடியில் நாசம் துவங்கியது.

கரும்பிஞ்சாய்த் தொங்கிய கத்திரிக் குலைகள்,

பெண்விரலாய்ப் பதமான வெண்டைப் பிஞ்சுகள்,

பச்சைப் பாம்பாய் இறங்கிய புடலைகள்,

மிளகாய்ச் செடிகள், வழுதுணை, அவரை, பீர்க்கு...

இளம்பிள்ளையின் குரல்வளையை முறித்ததுபோல்,

கோழி முட்டையின் மேல் எருமை அடியெடுத்து வைத்தது போல்,

செடிகள் முறிந்து துவைந்தன. கொடிகள் அறுந்து நான்றன.

வேருடன் நாற்றுகள் பறிந்து புரண்டன... மெல்ல மெல்ல இருள் ஊடும் பாவுமாய் நெருங்கிக் கொண்டிருந்தது.

மாட்டைப் பற்றிக்கொண்டு அன்று விக்கிரமசிங்கம் பிள்ளையும் சாந்தப்பனும் சாமியும் தொழுக்களில் அடைத்த போது அவற்றிற்கு வைக்கோல் வேண்டியிருக்கவில்லை.

விக்கிரமசிங்கம்பிள்ளை வீட்டில் அன்று இரவு துப்புவாளை கறுத்தக்கறி. முள்ளை வாகாய் உருவியுருவி, நிதானமாய் ருசித்துச் சாப்பிட்டு எழுந்ததும் அவருக்கு உறக்கம் கிறக்கிக்கொண்டு வந்தது.

நேரம் வெளுத்து அந்த வழியாய் உழவுமாடு பற்றிக் கொண்டு போனவர்கள் இரக்கத்தோடு சுடுகாட்டுத் தோட்டத்தைப்

பார்த்துக் கொண்டு போனார்கள். பிணம் எரித்தபின் சாம்பலோடு கிடக்கும் மிச்ச எலும்புகள்போல் தோட்டம் பங்கப்பட்டு, மூளிபட்டு, குறைபட்டுக் கிடந்தது. யார் பயிரானாலும் சரி, பயிரை உயிரென நேசிக்கும் விவசாயிகள் அனுதாபத்தோடு பார்த்து விட்டுச் சென்றனர். சிலர் முகத்தில் போலியான வருத்தத்தின் உள்ளே கனலாக ஒரு மகிழ்ச்சி.

சேதியறிந்து ஓடி வந்த கந்தையா கூட்டத்தின் நெஞ்சுகள் காந்தின. தற்செயலாய் போக்கு மாடுகள் சாடி விழுந்து கடித்தது என்று நம்ப அவர்கள் அத்தனைக்குப் பாமரர்கள் அல்ல. இது ஒரு சதிவேலை. திட்டமிட்டு நெஞ்சக்காழ்ப்போடு, கறுவலோடு நடத்திய அழிவு. கூட்டத்தினர் கண்கள் காட்டமாய்க் கனன்றன. எல்லோரையும் அழைத்துக்கொண்டு ஊர்வலமாய் ஊர் முதலடி, கடுவாய் கங்காதரம்பிள்ளை வீடு நோக்கிப் புறப்பட்டான் கந்தையா.

கையில் எடுத்து வைத்திருந்த பிடுங்கி எறியப்பட்ட வெண்டைச் செடிகளோடு, கடித்து விடப்பட்ட புடலங்காய் களோடு, மிதித்துச் சதைக்கப்பட்ட கத்திரிச் செடிகளோடு இவர்கள் புறப்பட்டுப் போவதைப் பார்த்து, வேடிக்கை பார்க்கும் எண்ணத்துடன் தொடர்ந்தவர்கள்...

கங்காதரம்பிள்ளை காலையில் எழுந்து, பல் தேய்த்து முகம் கழுவி, ஒரு செம்பு காப்பி குடித்துவிட்டு மங்களாவில் அமர்ந்து வெற்றிலை போட்டுக் கொண்டிருந்தபோது கந்தையா கூட்டம் வீட்டு நடையில் நின்றது.

வாசலில் வந்து எட்டிப்பார்த்த கங்காதரம் பிள்ளையின் மனைவியிடம் கந்தையா கேட்டான்.

"முதலடி இருக்காரா?"

"இருக்காரு..."

உள்ளே போய்த் தகவல் சொன்னதும், கங்காதரம்பிள்ளை எழுந்து வாசற்படிக்கு வந்தார். படிப்புரை மூலைக்குப் போய் தெருமண்ணில் வெற்றிலை துப்பிவிட்டுக் கேட்டார்.

"என்னடே கந்தையா? கூட்டமா எல்லோரும் எங்கே புறப்பட்டியோ?"

"நீங்க ஒரு நடை வந்து சுடுகாட்டுத் தோப்பைப் பாக்கணும்..."

“ஏன்? என்ன சங்கதி?”

“ஒரு செடி, கொடி முளுசா இல்லை. பத்தமா ஒரு கூட்டம் மாடு இறங்கி சமுட்டி துவைச்சுப் போட்டுருக்கு... தோட்டம் பூரா சர்வத்திர நாசம்...”

“எதாம் போக்குமாடு தொண்டு பறிச்சுச் சாடியிருக்கும்...”

“இது ஒண்ணோ ரெண்டோ மாடு செய்ததில்லை. கூட்டமா பத்திருவது மாடாவது இறங்கீருக்கணும்...”

“வழக்கமா மாடு மேய்க்க நிலமில்லா... தொண்டு தொறந்து கிடந்திருக்கும். பச்சையைக் கண்டு எல்லாம் சாடீருக்கும். அவுத்தடிப்புக் காலம்லா... மாடு மேய்ச்சிப் பயக்களையும் குத்தம் சொல்ல முடியாது...”

“இது மேயப்போற மாடு அளிச்சதில்லே... இருட்டி கை ரேகை மறையது வரைக்கும் பூவத்தான் காவல் இருந்திருக்கான். லைபரிலே ஏழு மணிக்கு ரேடியோ அணைச்ச பொறகுதான் அவன் பொறப்பட்டுப் போயிருக்கான். இருட்டின பொறகு எந்த மாடு மேயப்போகு... இது யாரோ திட்டம் போட்டு, உழுதுகிட்டு வாற மாட்டைத் திருப்பி, படலைக் கதவைத் திறந்து அழிச்சிருக்கா... ஊருக்கூட்டம் கூட்டி இது யாருண்ணு கண்டுபிடிக்கணும். இருவத்தஞ்சு பேரு வயத்திலே மண்ணுபோட்ட மாபாவி யாருண்ணு அறியணும்...”

“சேச்சே என்னடே கந்தையா இப்பிடிப் பேசுகே... வேணும்ணா யாராம் பயிரிலே மாட்டை விட்டு அழிப்பா?”

“அழிச்சிருக்கே...”

“அதுக்கு என்னை என்ன செய்யச் சொல்லுகே?”

“ஊருக்கூட்டம் கூட்டணும்...”

“அது முடியாதுடே கந்தையா... நிலம் புறம்போக்கு பாத்தியா? அதிலே மாடு விளுந்திட்டுண்ணா ஊருக்கூட்டம் கூட்ட முடியாது பாத்துக்கோ... இப்பம் யாராம் பாட்டமோ சொந்தமோ பயிரு செய்ய தோட்டம்ணா கேக்கலாம்... இதை யாருகிட்டே கேக்க? கேட்டா பொறம்போக்கு நிலம்... ஊருக்கு கேக்கதுக்கு அதியாரம் கெடையாதும்பான்...”

“அதெப்படி?”

“அது அப்படித்தான்... நீங்க தோட்டம் போட்ட உடனே நாலைஞ்சுபேரு வந்து எங்கிட்டே கேட்டா... ஊருமாடு மேய இடம். இதுலே எப்பிடி தோட்டம் போட முடியும்... ஊருக் கூட்டம் போட்டு இதை தட்டிக் கேக்கணும்ணு. அவாளுக்கும் இதைத்தான் சொன்னேன். இப்பம் மட்டும் ஊருக்கூட்டம் போட்டுக் கேட்டா, கந்தையாவுக்கு ஒரு நியாயம் எங்களுக்கு ஒரு நியாயமாண்ணு கேப்பாள்ளா? நான் என்ன பதிலு சொல்ல?”

“அப்பம் இந்த அநியாயத்தை தட்டிக் கேக்க முடியாது?”

“என்னாண்ணு கேக்க? இது அநியாயம்ணா ஊருமாடு மேய இடத்திலே தோட்டம் போட்டதும் அநியாயம்தாலா...”

“அப்பிடியா? ஆனா இதை எந்த செறுக்கிவிள்ளை செய்திருந்தாலும் சரி... நான் ஒரு அப்பனுக்குத்தான் பொறந்தவனா இருந்தா இப்படி வஞ்சம் வச்சு செய்த தாயோளிக்கு குடலை வகுந்து மாலை போடாம விடப் போறதில்லே... அப்பம் ஊரு என்ன செய்யிண்ணு பார்த்திருவோம்...”

“கந்தையா இப்பம் என்னை பயமுறுத்துகியா?”

“யாரையும் நான் பயமுறுத்தல்லே... ஒரு பல வட்ற தேவ்டியா மவன் என் வயத்திலே சமுண்டீருக்கான். உயிரு எனக்கு மயிருக்கு சமானம். ரெண்டிலே ஒண்ணு தீக்காம விடப் போறதில்லே...”

முதலடி வீட்டு முன் ஊர் திரண்டு நின்று பார்த்தது.

“இது எந்த நீசப் பாவிக்க வேலைப்பா? அவுனுக எத்தினி பேரு எத்தினி நாளு பாடுபட்டு வளத்த பயிரு...”

“இவுனுகளுக்கு வேண்டியதுதான்... ஊராம் மொதலுண்ணா உப்புப் போடாம திம்பானுக. எவன் நிலத்திலேயாம் பயிரிட்டு முதலெடுத்துக் கண்டுக்கிட்டானுக”.

“ஆனாலும் இப்பிடிச் செய்யலாமாங்கும்... திங்க சோத்திலே மண்ணை வாரிப் போட்ட மாதிரி”.

“செய்தது சரிதான்... பயக்க அப்பத்தான் அடங்குவானுக... அண்ணைக்கு ஒரு வெள்ளரிக்கா கேட்டேன்... இம்புடுப்போல இருக்கு, நாலணாங்கான்...”

பலவிதமாய் ஊர் விமர்சித்தது.

பிரிந்து போகும்போது பூதலிங்கத்தைப் பார்த்து கந்தையா சொன்னான்.

“பூலிங்கம், நீ பூவத்தானையும் கூட்டீட்டு தோப்புக்கு வடக்கே கொஞ்சதூரம் போயிப்பாரு... நேத்து மத்தியானத்துக்கு மேலே யாருக்கு வயலெல்லாம் உழுதிருக்கு... எத்தனை ஏரு? ஏரு அவுத்தது எப்பம்ணு கவனமா பாத்துக்கிட்டு வா... எல்லோரும் அவ்வோ வேலைக்குப் போங்கடே... இனி மூலை புடிச்சு அழுது பிரயோசனம் இல்லே...”

11

கூட்டம் கலைந்த பின்பு, விருதுப்பூனைபோல் பம்மி, கங்காதாரம்பிள்ளையின் வீட்டிற்குள் நுழைந்தார் குண்டாமுட்டி குற்றாலம்பிள்ளை. எரிச்சல் கொண்ட கடுவாய்த் தொண்டையில் கங்காதரம்பிள்ளை கேட்டார்.

“வாரும்... நீரு ஒண்ணுதான் பாக்கி...”

“நீ கோவமாட்டுத்தான் இருப்பேண்ணு தெரியும்... ஆனா அந்த பார்த்தியாரு செய்யாத வேலையை அஞ்சாறு மாடு செய்திட்டு பாத்தியா?”

“யாரு செய்திருப்பாண்ணு நெனைக்கேரு?”

“என்ன ஒண்ணும் அறியாதவன் மாரி கேக்கே. எல்லாம் உனக்க வேலையாத்தாலா இருக்கும்?”

“ஒம்மாண அம்மாச்சா எனக்கு ஒண்ணுமே தெரியாது. ஏதோ மாடு விளுந்து அழிச்சிருக்கும் போலிருக்கு...”

“என்னடே கங்காதரா? நீ எங்கிட்டேயே வண்டியை விடுகியே... நானும் நல்ல சாரிச்சுப் பாத்துக்கிட்டுத்தான் வாறேன்... நீ சுடுகாட்டுத் தோப்புப் பக்கம் போயிருக்கியா? பயக்கோ கள்ளியும் தாழையும் கொடுக்கள்ளியும் ஆமணக்கும் சீமை உடையுமா காத்து நுழைய முடியாமயில்லா அடைச்சிருக்கான்...”

“கதவுத் தொண்டு தொறந்து கெடந்திருக்கும்...”

“அதையும் பூவத்தான் கிட்டே கேட்டுட்டேன்... கொச்சக் கயிறுவச்சு இளுத்துக் கெட்டீட்டு வந்தது நல்ல ஞாபகம் இருங்குங்கான். மாடு தானாட்டு அவுத்துக்கிட்டு தோட்டத்துக்கு உள்ளே போகாதுல்லா...”

“அப்பம் இது யாரோ மனசுவச்சு கதுக்கட்டிச் செய்த வேலைண்ணா சொல்லுகேரு...”

“அப்பிடித்தான் எனக்கு டவுட்டு... புள்ளி யாருண்ணு தெரியல்லே...”

“ஒரு உத்தேசமா உமக்குத் தெரியாமலா இருக்கும்...”

“சரிதான்... குடிக்கத் தண்ணியிலே குறியை விட்டு ஆழம் பாக்க சாதீண்ணு சும்மையா சொல்லுகா... உனக்கு தெரிஞ்சிருக்கும்ணு நான் கேட்டா, நீ நம்மகிட்டே உரைச்சுப் பாக்கே...”

“சொல்லாண்டாம்ணா விடும்... உமக்கு எப்பிடியும் தெரியாமப் போகுமா என்னா?”

“தெரியாம எங்கே போகும்? நமக்கும் ஒளிச்சு ஒரு கள்ளனா செறுக்கி மகன் ஊரிலே...”

குண்டாமுட்டி குற்றாலம்பிள்ளை அந்த ஊரில் யார் வீட்டிலும் காற்றைப் போல் சுதந்திரமாய் நுழையும் தன்மை பெற்றவர்.

அறுபத்தெட்டு எழுபது வயதிருக்கும். குண்டுணி என்பது குண விசேடமானாலும் எல்லோருடனும் சிரித்து விளையாடும் மனிதர்.

“என்னா வேலாயுதம்? சாப்பாடெல்லாம் ஆச்சா?”

“ஆச்சு பாட்டா...”

“என்ன வாளைப் புளிமொளமா?”

“பாட்டா தெரியாத மாதிரி கேக்கேரே... நான் மீனு கூட்டமாட்டம்லா...”

“ஆமாமா வாழைக்காயும் வாளையும் ஒரே சட்டியிலே போட்டு கொளம்பு வச்சு உனக்கு வாழைக்கா... அவ, எனக்க பேத்தி குலசேரம்பூருக்காரிக்கு வாளை... கூத்து கொள்ளாண்டே...”

“போவும் பாட்டா... உமக்கு எப்பவும் வெளையாட்டுத் தான்...”

கந்தையா வீட்டுப் படிப்புரையில் குற்றாலம்பிள்ளை ஏறிய போது காலை முடிந்து பகல் வெக்கையாய் இருந்தது. கந்தையா உடன் பூதலிங்கமும் இருந்தான்.

"ரெண்டு பேரும் சேர்ந்தால இருக்கேளா? நல்லதாப் போச்சு..."

"வாருங்க பாட்டா... என்னா ஒரு நாளுமில்லாம..."

"எல்லாம் காரிய மாட்டுத்தாண்டே... என்னா இண்ணைக்கு காலம்பற கடுவாய்க்கு வீட்டுக்கு முன்னால் ஒரே பெகளம் கூட்டீட்டியோ..."

"பின்ன என்னதான் பாட்டா சொல்லுகியோ... ரெண்டு மாசம் ரெத்தம் சிந்தி வளத்த பயிரில்லா... எவுனுக்கு அம்மைக்கு ஆமக்கனுக்க சொத்தை கொள்ளை போட்டோம்... சும்மா கெடந்த மண்ணைத் திருத்தி நாலு வெண்டை கத்திரி போட்டதுக்கு இவுனுகளுக்கு இவ்வளவு வயத்தெரிச்சல் வருகே? இவுனுகெல்லாம் எட்டு ஏக்கரும் பத்து ஏக்கரும் அம்மைக்கு வயத்திலேருந்து வரச்சிலேயே கூட கொண்டா வந்தானுகோ? எவனோ எழுதி வச்சான்... பொண்டாட்டியோ மகளோ பாக்கதுக்கு செவப்பா லெச்சணமா முலையும் தலையுமா இருக்காளா? இன்னா நாப்பது கோட்டை விதைப்பாடு. நீ நல்லா புளிசேரியும் எரிசேரியும் வைக்கத் தெரிஞ்சவனா? இன்னா எடுத்துக்கோ அஞ்சு கோட்டை விதைப்பாடு... உனக்கு நல்லராகமாட்டு பாட்டுப் படிக்கத் தெரியா? இந்த ஊரு பூரா உம்பேருக்கு பட்டா... எப்பிடி வந்ததுங்கேன் இவுனுகளுக்கு பவுறும் பவுசும்? ஆத்தாங் கரையிலே பத்து இருவதுபேரு சேந்து கொஞ்சம் தோட்டப் பயிரு செய்யதுக்கு இவ்வளவு வெளம் உண்டும்ணா இவுனுகளுக்கு வயல்லே இறங்கி இது எங்களுக்குத்தான் சொந்தம்ணா என்ன வரத்து வருவானுக?"

"என்ன செய்யதுடே? உலகம் அப்பிடித்தான் இருக்கு..."

"உலகம்... சவத்து உலகத்தை தீயை வச்சுக் கொளுத் தாண்டாமா?"

"கந்தையா... நீ ஒரு வெகுளிடே... உலகத்துக்க சூதுவாது தெரியாது உனக்கு... ஆளுகளுக்கு புங்காரம் கொஞ்ச நெஞ்சமில்லே. முதல்லே பார்த்தியாரை அனுப்பிப் பார்த்தான். கதை நடக்கல்லே... பிறகு மாட்டை விட்டு அழிச்சிருக்கான்..."

"வரட்டு வரட்டு... யாருண்ணு தெரியாமலா இருக்கப் போகு?"

“அட பைத்தியாரா... நீ மாடு கெணக்க வளந்திருக்கியே தவிர மண்டையிலே சாமானம் இல்லையே... இதெல்லாம் யாருக்கு வேலைண்ணு நெனைக்கே?”

“உத்தேசமா ஒரு சம்சயம் உண்டும். பூலிங்கமும் அதைத்தான் சொல்லுகான். ஆனா அறத் தெரிஞ்சிரணும்லா?”

“மூளை வேணுண்டேய். குடலைக் கிச்சிருவேன், குந்தாணியை வகுந்திருவேண்ணு சும்மா பேசீட்டாப் போராது... தோட்டத்தை நானும் பாத்தேன். குறைஞ்சது இருவது மாடாவது நிண்ணு மேஞ்சிருக்கு... கண்வெளிச்சம் மங்குக வரைக்கும் காவலுக்கு ஆளு இருந்திருக்கு... மேய்ச்சல் மாடு அந்த நேரத்துக்கு வராது. ரெண்டு நாளா உழவு நடக்கதினால, உழவு மாடாத்தான் இருக்கணும். உழவு மாடுண்ணா ஓர்னேர் ஈர்னேர் மாடுல்லே... பத்து ஏருக்கு மேலே சேந்து அடிபட்ட மாடா இருக்கணும்... அதும் சுடுகாட்டுப் பாதையிலே வீட்டுக்குப் போற மாடா இருக்கணும்... நேத்து தோட்டத்துக்கு வடக்கே பத்து ஏருக்கு மேலே சேந்து யாருக்கு உழுதிருக்கு?”

“நீங்க வாறதைப் பார்த்தா...”

“வேற என்னா? அவாள் வேலைதான்”.

“ஆனா கடுவா இப்படி வேணும்ணு செய்வாரா?”

“அவுருக்குத் தெரியாதுடே.... நான் நேரே அவுருக்கு வீட்டிலே இருந்துதானே வாறேன்... அவுருக்கு சங்கதியே தெரியாது...”

“பின்னே யாருதான்...”

“அவன்தான் கடுவாய்க்கு மச்சினன் விக்கிரமசிங்கம். அவன் சரியான கிருத்திருவக்காரம்லா... கண்ணு வச்ச இடம் வெட்டை ஆயிருமே... அவுனும் சாந்தப்பனும், சாமியும் மாட்டுக்குப் பொறத்தால நடந்து வாறதை நான் பாலத்துக்கிட்டே நிக்கச்சிலே பாத்தேன். அதுலே ஒரு எருமைக்கிடாவுக்கு கொம்பிலே புடலைக் கொடி சுத்தீட்டு கெடந்து பாத்துக்கோ... நானும் என்னம்போண்ணு நெனைச்சிட்டேன். சங்கதி இப்பம்லா மனசிலாகு...”

“செறுக்கிவிள்ளையை இப்பம் கொடலை வகுந்திருகேன்...”

“சே... வெட்டுக்குத்தியைத் தூரப்போடு... இதாலா வேண்டாம்கது. இதெல்லாம் வெட்டு, மலத்துண்ணு செய்யப்பட்ட

காரியமா? அவன் எவ்வளவு கச்சிதமா வேலைப்பாட்டைக் காட்டீருக்கான்... ஒரு குருவிக்குத் தெரியாம செய்யணும். இல்லேண்ணா போலீசுக்கு உத்தரம் சொல்லாண்டமா? நாளைக்கு உன் பொண்டாட்டியும் பிள்ளையும்லா தெருவிலே நிக்கும்?"

"பாட்டா சொல்லுகதும் சரிதாண்டே கந்தையா... கொஞ்சம் பொறுமையாத்தான் பாடம் படிப்பிக்கணும். இந்த ஆதாளி எல்லாம் ஒஞ்ச பொறகு நாம யாருண்ணு காணிச்சுக் குடுக்கணும்... இன்னாருதான் செய்தாண்ணு யாருக்கும் தெரியவும் பிடாது..."

பூதலிங்கம் சொல்வதிலும் குற்றாலம்பிள்ளை சொல்வதிலும் உண்மை இருப்பதாகத் தோன்றியது கந்தையாவுக்கு. மௌனமாய்ச் சற்று நேரம் படிப்புரைத் தூணையே வெறித்துக் கொண்டு உட்கார்ந்திருந்தான்.

12

மழை பிந்திப் பெய்தாலும் சரியாக நின்று பெய்தது. ஐந்தாறு நாட்களும் நெஞ்சம் வைத்துப் பெய்து தீர்த்தது. அக்கினி நட்சத்திரத்தின் கூத்து என்றார்கள். நினைத்துக் கொண்டு வானம் கறுத்தது. மேகங்கள் கூடின. கனத்த எருமைக் கடாக்கள் மண்டை ஓடு தெறிக்க முட்டி மோதுவதுபோல் 'கடார் கடார்' என இடிகள் இடித்தன. மண்டை பிளந்து வரிவரியாய்ப் பாயும் உதிரமாய் மின்னல் வரிகள் ஆடின. வடகிழக்கு மூலையில் மலை முகட்டில் மூடிய மேகங்கள் வெள்ளமாய்க் கரைந்து ஓடின.

மரங்கள் மடல்கள் எல்லாம் தண்ணீரால் கழுவி விடப்பட்டு பச்சையாய்ப் பொலிந்தன. புன்னை இலைகள் சூரியக் கதிரை வாங்கி அதன் முகத்திலேயே திருப்பி அடித்தன. மழை முகமும் வெயில் முகமும் கொண்டு ஊரின் வீடுகளின் ஓட்டுக்கூரைகளின் மேல் பச்சைப் பட்டால் போர்த்தியதுபோல் பாசி படர்ந்தது.

தெருப்புழுதியின் அழுக்கெல்லாம் சலிபட்டு சலிபட்டு நீங்கி எங்கும் மணல் பரந்திருந்தது. மடிப்பு மடிப்பாய் மணல்கள். மடிப்புகளின் ஓரங்களில் கரை கட்டியிருந்த கருமணல் வரிகள். சூரியன் எட்டிப் பார்க்கும்போது கட்டுவிரியன்கள் தெருவெங்கும் நெளிவது போல் ஒரு தோற்றம்.

கட்டி உழவு உழுது போட்டு மேலும் சில நாட்கள் காய்ந்திருந்த வயல்கள், மழை குளிரக்குளிரப் பெய்ததால் புட்டமுதாய்ப் பொங்கி நின்றன. வெடிப்பு பாளம்பாளமாய்த் தெரிந்த மண் குளிர்ந்து பருவப்பெண்ணாய்ப் பூரித்து மலர்ந்து கிடந்தது.

பத்து நாட்கள் மாங்கோணத்தில் சரியான வேலை. பருவம் போய்விடாமல் கட்டி மரம் அடித்து வைத்திருந்த வயல்கள் எங்கும் விதைத்துத் தீர்ந்தன. பத்து பூராவும் விதைத்து, கொம்பு

மாமிசப் படைப்பு ♦ 74

மரங்கள் அடிக்கப்பட்டு, ஒதுங்கிய பின், ஐந்தாங் கொம்பு கழிந்த வயல்களில் சம்பாப்பயிரின் பச்சைப் புள்ளிகள். தொலைவில் இருந்து பார்க்கும்போது அப்போது நெய்து போட்ட சமுக்காளம் போல்...

வேலைகள் வெளிவாங்கின. இனி மறுபடியும் மழை பெய்து காய்ச்சல் வெள்ளம் விடுவதுவரை முட்டைக்கு முடி பிடுங்குவதுதான் வேலை. சில நாட்கள் கவனிப்பாரின்றி தோட்டம் பாறிக் கிடந்தது. இதை அப்படியே விடக்கூடாது என்று தோன்றியது கந்தையாவுக்கு. மறுபடியும் முனைந்து அதில் வேலை செய்ய வேண்டும் என்று எண்ணினான்.

இம்முறை காய்கறியோடு மட்டும் நின்றுவிடக் கூடாது. ஓர் நிரந்தரத் தோட்டமாக அதை ஆக்கிவிட வேண்டும். மழை பெய்து கொவர்ந்த மண்ணை வெட்டிக் கொடுத்து, செடிகளை மாற்றி, வாழை நட வேண்டும். வாழைக்கு நடுவே வரிவரியாய் தென்னம்பிள்ளை நட வேண்டும். தென்னை வளரும் வரை இரண்டு முறை வாழை போட்டு பலன் எடுத்துவிடலாம். வாழை நிமிருமுன் ஒரு முறை காய்கறி போட்டுப் பயிராக்கிப் பறித்து விடலாம். முன்போல் ஏமாந்து விடக் கூடாது. எச்சரிக்கையாய் இருக்க வேண்டும் என்றெல்லாம் எண்ணிக் கொண்டான் கந்தையா.

வாழை நடுவதற்குத் தோதாய் பண்ணைகள் பிரித்தாயிற்று. தென்னை நடுவதற்கு வாட்டமாய் சென்றுக்கு ஒரு பிள்ளை என்ற கணக்கில் நாலடிக்கு நாலடி சவுக்கத்தில் நாலடி ஆழத்தில் குழிகள் எடுத்து ஆறப்போட்டாயிற்று. குழியில் உப்பும் சாம்பலம் மணலும் போட்டாயிற்று.

கொட்டாரத்தில், பூதலிங்கத்தின் தங்கச்சி மாப்பிள்ளைக்குச் சொந்தமாக வாழைத் தோட்டம் இருந்தது. அங்கிருந்து பக்கக் கன்றுகள் இளக்கிக் கொண்டு வருவது என்று தீர்மானமாயிற்று. நல்லபெருமாள்பிள்ளையின் வண்டியையும் மூத்த பிள்ளையின் காளைகளையும் போட்டுக் கொண்டு போய் பக்கக் கன்றுகள் வந்தன. மொந்தன், பாளையங்கோட்டான் வாழைகள்தான் அதிகம். பேயன் அந்த மண்ணுக்கு உண்டாவதில்லை. ஏத்தன் போட்டால் நல்ல லாபம் உண்டு. ஆனால் ஏத்தனுக்கு பண்டுவம் அதிகமாகப் பார்க்க வேண்டும். மொந்தனும் பாளையங்கோட்டனும் அந்த மண்ணுக்கு வளமாய் உண்டாயின.

ஈத்தாமொழிக்குப் போய் தெறிப்புள்ள முளைக்கன்றுகளாய்ப் பார்த்து, தெரிந்த வண்டியிலேற்றிக் கொண்டு வந்தார்கள்.

வாழை நட்டு தென்னையும் வைத்த பின் தோட்டம் புதியதோர் பொலிவு கொண்டது. தினம் ஒரு நீளத்துடன் வாழைக் குருத்துகள் வந்தன. நிழலுக்கு வேண்டி ஒவ்வொரு தென்னங் கன்றையும் சுற்றி, சார்த்திக் கட்டப்பட்டிருந்த பனையோலைகள் சிறிய குடிசைகள் போல் தோற்றம் தந்தன. இடையிடையே ஊன்றப்பட்டிருந்த வெண்டை வித்துக்கள், தெளிக்கப்பட்டிருந்த கீரை விதைகள் முளைத்து பச்சை பிடிக்கத் துவங்கி இருந்தன. கத்திரி, வழுதுணை, மிளகாய் நாற்றுகள் கூட வாடல் நீங்கித் துளிர் விட்டிருந்தன.

பெற்ற பிள்ளையைப் பாதுகாப்பது போல் ஒவ்வொரு பிள்ளையையும் பொத்திப் பொத்திப் பாதுகாத்தனர்.

இந்தத் தென்னை மரங்கள் வளர்ந்து பலன் தர ஐந்து ஆண்டுகள் ஆகும். வாழை மரங்கள் குலைக்க எட்டு மாதங்கள் எடுக்கும். ஆனால் ஆரம்ப காலத்தில் கொஞ்ச நாட்கள் எல்லோரும் சேர்ந்து உழைத்தால், பிறகு அத்தனை பேருக்கும் அங்கு வேலை கிடையாது. இரண்டொருவருக்கு மட்டும் பொதுவில் இருந்து சம்பளம் கொடுத்து தோட்ட வேலைக்கு என்று நிறுத்திவிட்டு, மற்றவர் அவரவர் வேலையை அவரவர் பார்க்கலாம். ஆனால் வேலையற்று சும்மா இருக்கும் நாட்களில் எல்லோரும் அங்கே தோட்டத்தில் கூடி விட வேண்டும் என்று ஏற்பாடு.

ஆனி ஆடிச் சாரல் சரியாக வெளுத்து வாங்கியது. வாழைக் கன்றுகள் எல்லாம் மாமியார் வீட்டில் சில நாட்கள் சீராடிய மருமகன்கள்போல் வாட்ட சாட்டமாய் நிமிர்ந்து நின்றன. ஓராள் படுத்து உறங்கலாம் போல் நீள அகலமான வாழை இலைகள். முழுதாக அவை அழகோடு அசைவது பொறுக்காமல், காற்று சன்னஞ் சன்னமாய் இலைகளைக் கிழித்தது. பூக்குடலையில் வைத்த மலர்க்கூட்டம் போல் புதிய இலைகள் வீரத்தோடு புறப்பட்டன. சோவாரியாகச் சோம்பிக் கிடந்த வாழைகள் கூட சுறுசுறுப்பாய்ப் புறப்படத் துவங்கின.

வாழைகள் நிமிர்ந்து விட்டால் காய்கறித் தோட்டம் அழிந்து விடும். நிழலில் காய்கறிச் செடிகள் வளர இயலாது. மேலும் அவற்றைத் தொடர்ந்து பயிர் செய்வதில் வாழைக்கும் தெங்குக்கும் ஊறு உண்டு.

முதல் கொய்த்து காய்கறிகள், அவர்கள் செலவுப் பள்ளத்தைத் தூர்த்தது. அரை வாழை ஆகும் வரை வாழையில் பக்கக் கன்றுகள் விட முடியாது. வெட்டியும் சதைத்தும் அவற்றின் வளர்ச்சியை சிதைக்க வேண்டும். தாய்வாழை அரை வைத்து விட்டால் பக்கக் கன்றுகள் விடலாம். பக்கக் கன்றுகள் வளரத் துவங்கினால் அவற்றிலிருந்து இலை அறுத்துக் கட்டி சந்தைக்கு விற்பனைக்குக் கொண்டு போகலாம்.

ஆனி ஆடிச் சாரல் மழை ஓய்ந்த பிறகு, புரட்டாசி ஐப்பசியில் மீண்டும் பருவமழை. கவலை அற்று தெங்குகள் மடல் விட்டன. வாழைகள் தோகை விரித்தன. வழக்கமாக தெங்குகளில் விழும் கரிச்சான் வண்டுகளிலிருந்து தோட்டத்தைக் காபந்து செய்ய வேண்டியிருந்தது.

மார்கழி மாதத்தில் தென்கிழக்கு மூலையில் நின்ற வாழையில் கட்டைக் குருத்து வந்ததைப் பார்த்தபோது, சொந்த மகள் சூலுண்ட மகிழ்ச்சி கொண்டனர். கட்டைக் குருத்துக்குப் பிறகு கூப்பிய கைகள் போல் கருஞ்சிவப்பு பூக்குலை வந்தது. அங்கொன்றும் இங்கொன்றுமாய் மற்ற வாழைகள் கட்டைக் குருத்து விட்டன. குலைகள் விழுந்தன. இனி இரண்டு மாதங்களில் குலைகள் விளைந்து விடும். வெட்டலாம். கணிசமாய் கைக்குக் காசு வரும். பயிராக்கவும், வேலைக்கு சம்பளம் கொடுக்கவும் அவ்வப்போது பகுதிக் கச்சேரிக்காரருக்கு வாய்க்கரிசி போடவுமாக போதுமான அளவுக்கு அவர்கள் கடன்பட்டிருநதார்கள். வாழைக் குலை வெட்டித்தான் அதை அடைக்க வேண்டும். இனியும் நாலாண்டு காலம் தென்னங்கன்றுகளைப் பராமரிக்கும் செலவுக்கு தயார்படுத்திக் கொள்ள வேண்டும்.

குலைகள் விழுந்த பிறகு, தோட்டத்துக்கு இரவிலும் காவல் போட்டான் கந்தையா. இரண்டிரண்டு பேர்களாய் முறை வைத்துக் கொண்டு தோப்பினுள் உறங்க வேண்டும் என்று ஏற்பாடு. ஏற்கனவே ஏற்பட்ட நாசம் அவர்களுக்கு உருக்குத்து ஊசி போட்டது போல் வேலை செய்தது. யாரும் கெட்ட எண்ணத்துடன் தோட்டத்தை நெருங்கக் கூடாது என்பதில் அவர்கள் எச்சரிக்கையாய் இருந்தனர்.

பச்சைக் தேர்கள்போல் நின்ற வாழை நல்ல மனதிலும் வயிற்றெரிச்சல் ஏற்படுத்தும். ஏற்கனவே தோட்டம் ஆற்றுப் படுகை, வண்டலும் மணலும் வாழைப் பயிரின் வேர்கள் தங்கு தடையின்றி ஓட, நிலத்தின் சாற்றை உறிஞ்சத் தோதான மண்.

செழித்த சாணி உரம் மூட்டுக்கு மூடு போட்டு மண்ணை வளப்படுத்தி இருந்தார்கள். எனவே ஒவ்வொரு குலையும் வாழையையே இழுத்துக் கிடத்திவிடுவது போல் விழுந்திருந்தது. ஏழெட்டு முரட்டு சீப்புகள் கொண்ட மொந்தன் குலைகள். பதின்மூன்று பதினான்கு பெரிய சீப்புகள் கொண்ட பாளையங் கோட்டன் குலைகள். மொந்தன் சீப்பில் சராசரியாய் பதின்மூன்று பதினான்கு காய்களும், பாளையங்கோட்டன் சீப்பில் இருபது காய்களும் இருந்தன. நன்றாக விளைந்து முற்றித் தெறிக்கும் பருவத்தில் வெட்டினால் ஒவ்வொரு குலையும் ஓராளஞ்சுமை இருக்கும்.

நின்ற நின்றவாக்கில் கந்தையா கூட்டத்தினர் தோப்பைப் போய் பார்த்தனர். அம்மன்கோயில், சாத்தாங்கோயில், பள்ளிக்கூடம், பாலத்துக் கலுங்கு எங்கும் குந்தி இருந்து, சொக்களி பேசி, பொழுதைக் கொன்றதெல்லாம் மாறிவிட்டது. வேலை செய்யும் இடம், வீடு, இல்லாவிட்டால் தோட்டம்...

கண்ணுக்குப் பட்ட புல்லை வெட்டிக் கொண்டு, களையைப் பிடுங்கிக் கொண்டு, வாழைக்கு மூட்டில் மண் அணைத்துக் கொண்டு, தென்னம்பிள்ளை மூட்டின் பண்ணையைச் சுத்தம் செய்து கொண்டு, வாழையின் காய்ந்த மடல்களை அறுத்து எறிந்து கொண்டு, தொங்கும் மடல்களை அடிமரத்தைச் சுற்றிக் கட்டிக் கொண்டு, உல்லாசமாய்த் தமக்குள் பேசி கேலி செய்து, கோபித்து பொழுதைச் செலவிட்டனர்.

அவரவருக்கு இது தனது சொந்தத் தோட்டம் என்ற கவலை இருந்தது. பொறுப்பு இருந்தது. கண்காணிப்பு இருந்தது.

முதலில், காய்கறித் தோட்டம் அழிந்ததைப் பார்த்து மனதில் ஏற்பட்ட வஞ்சகமும் பகையும் கந்தையாவுக்கு மெல்ல மெல்ல நீர்த்தது.

ஆரம்ப காலத்தில் பழிக்குப் பழி வாங்க அவனுள் திட்டங்கள் கிளைத்தன. விக்கிரசிங்கம்பிள்ளையின் மாடுகள் ஐந்தாறை விஷம் வைத்துக் கொல்வது. அல்லது கடத்திக் கொண்டு போய் ஆரல்வாய்மொழிக்குக் கிழக்கே எவனிடமாவது கையடித்து விடுவது. இரண்டு வைக்கோற் படப்புகளை இரவுக்கு இரவே தீயிடுவது. தென்னம்பிள்ளைத் தோப்பு பூராவிலும் ரசம் வைத்து பட்டுப் போகச் செய்வது என்று மிகத் தீவிரமாய் யோசித்தபடி இருந்தான்.

ஆனால் புதிய தோட்டம் உருவாக ஆக, நெஞ்சப் புண்ணை வாழைத் தோகைகளும் தென்னை மடல்களும் அன்னத்தின் அடிவயிற்றுத் தூவிபோல் மெதுவாக நீவிவிட்டன.

வாழைகள் குலை விழுந்த பிறகு, யதேச்சையாய், விக்கிர சிங்கம்பிள்ளை, கடுவாய் கங்காதரம்பிள்ளையின் வீட்டில் இருந்த போது இதுபற்றிப் பேச்சு வந்தது.

"பயக்கோ வாழைத்தோட்டம் எப்பிடி போட்டிருக்காம்ணு அத்தான் பாத்தேளா?"

"பாத்தேன்... ஊக்கம் உள்ளவன்தான் கந்தையா... மத்த பயக்களை மாதிரி இல்லே..."

"நானும் முதல்லே தோட்டத்தை அழிச்ச உடனே இந்தால ஒஞ்சு போயிருவாம்ணுதான் நினைச்சேன்..."

"ஆமா... ரொம்ப சாமார்த்தியமா நடந்திட்டதா நினைச்சப் போட்டே... அவன் உன்னைவிடக் கில்லாடி... பழி வாங்குகது மாரி வாழையும் தென்னையும் போட்டிருக்கான்..."

"முதல்லே எனக்கும் கொஞ்சம் 'திக்'குண்ணுதான் இருந்தது... நல்லவேளை அவுனுக கண்டுபிடிக்கல்லே..."

"நீ மெச்சுப் போட்டுக்கிட்டு இரி... அவுனுக கண்டு பிடிக்காட்டாலும் குண்டாமுட்டி சொல்லி குடுத்திருப்பாரு..."

"தெரிஞ்சா ஏன் கம்முண்ணு இருந்திட்டானுகோ..."

"அதான் சொன்னேன். அவன் எவ்வளவு சாமர்த்தியசாலிண்ணு. நம்மை விட வெவரத்திலே கொறஞ்சவன் ஒண்ணும் இல்லே பாத்துக்கோ..."

13

மாங்கோணத்தின் கிழக்கு எல்லையில் ஓர் சுடலைமாடன் கோயில். சுடலைமாடனுக்கு மட்டும் உச்சி மீது கூரை இருந்தது. சுடலைமாடனின் கூடவே பேய்ச்சி அம்மன் ஒட்டிக் கொண்டு நின்றதால் அவளுக்கும், மழைக்கும் வெயிலுக்கும் பாதுகாப்பு இருந்தது. சுடலைமாடனின் சுற்றத்தாரான புலைமாடன், கழுமாடன், முண்டன், முத்துப்பட்டன், பூதத்தான், வல்லரக்கி ஆகியோர் ஆலமர நிழலில் அடைக்கலம் கொண்டு மழையில் கரைந்தும் வெயிலில் காய்ந்தும் அவதிப்பட்டனர். ஆண்டுதோறும் நடக்கும் சிறப்பின்போது மேனி பூசி, சிரசு வைத்து, சிங்காரித்தாலும், அடுத்துப் பெய்யும் மழைகளில் அவர்கள் கரைந்து தலைக்கு வைத்த சுடுசெங்கல், மண்டை ஓடு போல் இளிக்கும். ஒரு காலத்தில் குறுக்கே காகம் பறக்காத ஐம்பது கோட்டை விதைப்பாடு கொண்ட ஒரு கூட்டத்துக்கு சொந்தமாக இருந்த இந்தக் கோயில் வாழ்வும் வளமும் கொண்டிருந்தது. கோயிலுக்குச் சொந்தமான குடும்பத்தினர் தேய்ந்த வாருகோல் போல் ஆளுக்கு ஒரு மூலையாய் பிய்ந்து போன பிறகு, ஆடிக் காற்றில் இந்த ஆண்டவர்களும் அலைக்கழிந்தனர்.

ஊரின் ஒதுங்கிய மூலை அது. சுடலைமாடன் கோயிலின் மூன்று புறமும் ஓராள் நடக்கும்படி முடுக்கு. முடுக்கைத் தாண்டி அறுத்தடிப்புக் களங்களின் உயர்ந்த மதிற்சுவர்கள். இந்த முடுக்கில்தான் அந்த ஊரின் சிறுபிராயத்துப் பிள்ளைகள் பலரும் வாழ்க்கையின் பாலபாடம் பயின்றனர்.

இரகசியமாய் வாங்கிக் கொண்டு வந்த பீடியைப் பற்ற வைத்து புகை இழுத்து, மூக்கினால் விட முயற்சி செய்து இருமினர்.

மலிவாகக் கிடைக்கும் சிகரெட்டின் பாதிப்பாகம் நனையும் அளவுக்கு வாயில் வைத்து உறிஞ்சிப் பார்த்தனர்.

எங்கிருந்தாவது பறித்துக் கொண்டு வந்த மாங்காய், கொய்யாக்காய்களைப் பங்கிட்டுத் தின்றனர்.

ஒன்றுக்குப் போகும்போது ஆண்குறியின் முன்தோலைப் பின்னால் உரித்துப் பரிசோதித்துப் பார்த்தனர்.

கோயிலின் பின்பக்கம் சாக்குக் கட்டியால், கரியால், ஆண் பெண் உறுப்புகளின் படம் வரைந்து பாகங்களைக் குறித்தனர்.

மனதுக்குப் பிடித்த கெட்ட வார்த்தைகளை எழுதிப் போட்டனர்.

சிறுவர்களுக்கு மட்டுமல்லாமல் சமயங்களில் வளர்ந்த ஆண்களுக்கும் இந்த இடம் மிக்க அத்தியாவசியமான தேவையாக இருந்தது. இருட்டி எட்டு மணி சென்ற பிறகு, வீட்டிலிருந்து வாழை இலையில் மடக்கிக் கொண்டு வந்திருந்த அவியலின் துணையோடு அல்லது ஆமைவடை, தேங்குழல் பலத்தோடு 'கறுப்பு' என்று செல்லப் பெயர் சூடிய நாட்டுச் சாராய பங்கீடு நடைபெற்றது.

இதற்கும் தனக்கும் யாதொரு பந்தமும் இல்லை என்பது போல் சுடலைமாடனும் பேய்ச்சியம்மனும் ரோட்டில்போகும் ஆடுமாடுகளைப் பார்த்து உக்கிரமாய் விழித்துக் கொண்டு நின்றனர்.

விக்கிரமசிங்கம்பிள்ளையின் மகன் சோணாசலம் சுடலை மாடன் கோயிலின் முன்னால் ஆலமரத்தை ஒட்டி ஆற்றின் கரையாய்க் கட்டப்பட்டிருந்த கைப்பிடிச் சுவர் மீது அமர்ந்து ஆற்றில் ஓடும் நீரையும் தொலைவில் அசையும் மனிதர்களையும் பார்த்துப் பொழுதை ஓட்டிக் கொண்டிருந்தான்.

நேரம் ஆறரை மணி தாண்டி பொழுது இருட்டிக் கொண்டு வந்தது. காகங்கள், மைனாக்கள், கொக்குகள், நாரைகள் என்று ஆலமரத்தில், புன்னை மரத்தில், தென்னங் கொண்டையில், புளிய மரத்தில் கூடு கட்டியிருந்த பறவைகள் கூடுகளுக்குத் திரும்பியும், குஞ்சுகளோடு குலவியும், இருட்டின் வரவிற்கு ஓர் ஓசையை ஏற்படுத்திக் கொடுத்துக் கொண்டிருந்தன.

சாலையில் ஆள் நடமாட்டம் குறைந்து விட்டது. மூந்தி கருக்கும் நேரமாதலால் வாசல் பெருக்கித் தெளித்துக் கோலம் போடவும், விளக்கேற்றவுமாய் பெண்கள் வீடுகளில் ஒதுங்கத் தலைப்பட்டனர்.

சோணாசலம் உட்கார்ந்திருந்த கோளாறைப் பார்த்தால் பொழுதை ஓட்டுவதற்காக ஒதுங்கி இருப்பதுபோல் தோன்ற வில்லை. சாலையின் ஆள் நடமாட்டத்தை அளவெடுப்பது போல் பார்த்துக் கொண்டிருந்தான். முகம் ஒரு விதமாய் விறைத்துக் கிடந்தது. யாரையோ எதிர்பார்ப்பது போல் ஒரு தோற்றத்துடன் வடக்குத் திசையை அடிக்கடி கவனித்தான்.

நாலைந்து புத்தகங்களையும் நோட்டுகளையும் இடது கையில் பற்றி நெஞ்சோடு அணைத்துக் கொண்டு, பேனாவை உதடுகளால் கவ்வியபடி உல்லாசமாக ஒரு விளையாட்டுத்தனத்துடன் செண்பகம் வந்து கொண்டிருந்தாள்.

செண்பகத்துக்கு பன்னிரண்டு பதின்மூன்று வயதிருக்கும். இன்னும் தாவணி போடவில்லை. சட்டையை அடிக்கடி கீழ்நோக்கி இழுத்து விட்டுக் கொண்டு குரும்பைகளாய்க் கூடி வரும் மார்பை ஒருவகைக் கூச்சத்தோடு கவனிக்கும் பருவம்.

தினமும் மேலத்தெருவில் அம்மாசி வாத்தியாரிடம் வீட்டுப் பாடம் முடிந்து வழி நடக்கும் பாதை இது. சுடலைமாடன் கோயிலைத் தாண்டித்தான் வீட்டுக்குப் போக வேண்டும். இரவு முற்றிலும் விழவில்லை. ஆதலால் பயமேதும் கிடையாது.

தினமும் போல் நடந்து, சோணாசலம் அமர்ந்திருந்த கலுங்கை நெருங்குகையில் சோணாசலத்தின் பார்வை கூர்மை கொண்டது. வெறித்துப் பார்த்துக் கொண்டிருந்த கண்ணில் துடிப்பு கூடியது. அக்கம்பக்கத்தில் யாராவது நடமாடுகிறார்களா என்று பார்த்தான். காகம், குருவி இல்லை. ஆலமரத்தின் கீழ் இருள் அடர்த்தியாக விழத் தலைப்பட்டிருந்தது. நெருங்கி வந்து கொண்டிருந்த செண்பகத்தைப் பார்த்து மெலிதாய்க் கேட்டான்.

"செம்பகம்! நீ வரச்சிலே மணி என்னாச்சு?"

"ஆறே முக்கால்..."

"வீட்டுப் பாடம் முடிஞ்சா...?"

"ஆமா..."

"இங்க வா... நோட்டைப் பாக்கட்டு".

பேதமுணரா பேதைத் தனத்துடன் செண்பகம் அவன் பக்கத்தில் போனாள். நோட்டை வாங்குவதுபோல் தோளைத் தொட்டான். ஒரு கையில் புத்தகத்தை வாங்கிக் கொண்டு மார்மீது மறுகையைப் படர விட்டான்.

செண்பகத்தின் உடலில் ஒரு கூச்சமும் மனதில் கலவரமும்...

"நோட்டைத்தா... நான் போட்டு..."

"தாறேன்... கோயிலுக்குப் பொறத்த வா ஒரு விசயஞ் சொல்லுகேன்..."

"நான் வரல்லே... என்னை விடு... நோட்டைக் கொண்டா..."

ஓர் மூர்க்கத்தனத்துடன் செண்பகத்தை அவன் பிணைத்து இறுக்க, அவள் மிரண்டு திமிற...

யாரோ வருவதுபோல் தோன்றியது.

கை தானாகத் தளர வெடவெடக்கும் உடலோடு அவள் பறந்து போனாள்.

வந்து கொண்டிருந்த வழிப்போக்கனை எரிச்சலோடு பார்த்தான் சோணாசலம்.

நாலைந்து நாளாய் காவல் இருந்தும் இன்று கைக்குக்கிட்டி வழுகிவிட்டதும் ஏமாற்றமாய் இருந்தது.

ஆலமரத்தின் கிளையில் இருந்த பறவையொன்று 'நச்' சென்று அவன் தோள்பட்டையில் எச்சமிட்டது.

அருவருப்புடன் முகத்தைச் சுளித்து, இலைச்சருகால் எச்சத்தைத் துடைத்து எறிந்து கொண்டிருக்கும் போது அந்த வழியாய் சோணாசலத்தின் கூட்டாளி வந்தான்.

"என்னா இந்தப் பக்கம் லாந்துகே?"

"சும்மாதான்..."

"எங்கிட்டே வண்டியை விடாதே என்னா? எதாங்கோளு இல்லாம இங்கிண ஏன் கெடக்கே?"

"அட சும்மாதாம்பா... நீ இப்பம் எங்க போறே?"

"ஆத்தாங்கரைக்கு..."

"சரி, வா... போகலாம்..."

14

தோட்டத்தின் வடக்கு மூலையில் ஓர் முரட்டு மொந்தன் குலை. அட்டகாசமாய் வளர்ந்திருந்த வாழை மரம் தாங்காமல் குலை சரிந்திருந்தது. காய் முற்ற முற்ற மரத்தை இடுப்பில் முறித்துக் கீழே விழத்தட்டி விடுமோ என்ற நிலையில் குலை கிடந்தது. இரண்டு மூங்கில் களைகளை பெருக்கல் குறிபோல் கட்டி, மரத்துக்குத் தாங்கலாய் நிறுத்தி வைக்கோலுக்கு மண் அணைக்கும் வேலையில் இருந்தான் கந்தையா.

வயல் அறுவடைகள் முடிந்துவிட்டதனால் யாருக்கும் வேலையில்லை. ஆளுக்கு ஒரு பக்கமாய் - வாழைகளுக்குத் தண்ணீர் இறைத்து விடுவதும், அதிகமாய்க் கிளைத்திருந்த பக்கக் கன்றுகளை வெட்டுவதும், தென்னங் கன்றுகளின் தூரைச் சுத்தம் செய்து தண்ணீர் விடுவதுமாய் இருந்தனர். குலைகள் வெட்டப் பட்டு மூளியாய் நின்ற மரங்களைச் சாய்த்து, தண்டினை உரிப்பதில் ஈடுபட்டிருந்தனர். மண் நிரப்புக்கு மூட்டை வெட்டி, அதன்மேல் மண் போட்டு வாழைக்கிழங்கை மூடினர். ஓரளவுக்கு வளர்ந்திருந்த பக்கக் கன்றுகளைச் சீர்பார்த்தனர்.

கந்தையா நின்றிருந்த மூலையை நோக்கி கோலப்பன் போனான். கவைக்கோலுக்கு மண் அணைத்துவிட்டு நிமிர்ந்த கந்தையா அவனிடம் கேட்டான்.

"போருமாடே கோலப்பா?"

"போரும்... நல்ல உறைப்பா நிக்கு..."

சுற்றுமுற்றும் பார்த்து, பக்கத்தில் யாருமில்லை என்று கணித்துவிட்டு, தாழ்ந்த குரலில் கோலப்பன் சொன்னான்.

"அண்ணன்கிட்டே ஒரு விசயஞ் சொல்லணும்..."

"என்னடே?"

“விசயம் வேற யாருக்கும் தெரியாண்டாம்...”

“ம்?”

“நம்ம குட்டி செம்பகம் அம்மாசி சார் கிட்டே வீட்டுப்பாடம் படிக்கில்லா? நேத்து சாயந்திரம் விளக்கு வைக்கப் போகச்சிலே பாடம் முடிஞ்சு சொள்ளமாடன் கோயிலு வழியா வந்திருக்கு... கோயிலுக்கு எதுத்த கல்லுக்கட்டு கலுங்கிலே அந்தப்பய சோணாசலம், விக்கிரமசிங்கம் பிள்ளைக்கு மகன் இருந்திருக்கான்...”

“என்னமாம் வேலைத்தரம் காட்டினானோ?”

“இது ரோட்டோட போயிக்கிட்டு இருக்கச்சிலே கூப்பிட்டு சொள்ளமாடன் கோயிலுக்கு பொறத்த வாட்டீண்ணு இழுத்திருக்கான்... இது தட்டிக்கிட்டு ஓடியாந்திருக்கு... வீட்டுக்கு வந்து அவ்வோ அம்மைக்கிட்டே ஓ ராமாண்ணு அழுதிருக்கு... காலம்பற அவதான் எங்கிட்டே சொன்னா...”

“வேற யாரும் அறிஞ்சாளா?”

“நல்ல வேளையா யாருக்கும் தெரியல்லே... யாருட்டேயும் சொல்லாண்டாம்ணு நான் அவளை சட்டம் கட்டி வச்சிருக்கேன்... செம்பகத்தையும் உறுக்கி வைக்கச் சொல்லீருக்கேன்...”

“ம்... வரவர பயலுக்கு மேளம் கூடீட்டுல்லா போகு... நம்ம வேலப்ப ஆசாரிக்கு மககிட்டே கொஞ்சினாம்ணு நான் செவளையிலே ரெண்டு வச்சு அனுப்பினேன். இப்பம் என்ன செய்யணும்ங்கே? சவம் அந்தால போட்டுண்ணு விட்டுருவமா இல்லை செறுக்கிவிள்ளைக்கு ஒத்தைக் கையைக் காலை முறிச்சு போடுவமா?”

“கையைக்காலை முறிச்சா பெரிய அடிவிடியில்லா உண்டாயிரும்... விசயம் வெளீல தெரிஞ்சா நமக்கும்லா குறைச்சலு... ஒருத்தன் வீட்டுக்கு வாழப் போற பிள்ளைல்லா... விக்கிரமசிங்கம்பிள்ளைட்ட சொல்லி பயலை தட்டிக் கேட்கச் சொன்னா என்னா? பிள்ளையோ வெளீல நடமாடாண்டாமா? இப்பிடிப் பொறப்பிட்டானுகண்ணா என்ன செய்யது?”

“சரி கையைக் களுவீட்டு வா... அவரை நேரிலே பாத்துச் சொல்லிப் போடுவோம்...”

விக்கிரமசிங்கம்பிள்ளையின் வீட்டைத் தொட்டு ஓர் கொல்லை. கொல்லை என்றால் சூரியன் கதிர்களைத் துளியேனும்

தரையில் இறங்கவிடாமல் செறுக்கும் அடர்த்தியுள்ள மரங்கள் நிறைந்த கொல்லை. மா, மாதுளை, கொய்யா, நாரத்தை, எலுமிச்சை, கமுகு, சீமைப்பலா என்று வைத்துப் பிடிப்பித்து வளமாக இருக்கும் தோட்டம். தோட்டத்தின் மத்தியில் விக்கிரம சிங்கம்பிள்ளைக்கு ஓர் கோழிப்பண்ணை உண்டு. இருநூறு வெள்ளை லகான் கோழிகள். பாதம் முதல் கொண்டை வரை வெள்ளையாய் இருக்கும் வெள்ளைக்காரக் கோழிகள். மனிதனுக்குக் கிடைக்காத சொகுசுகள் பல கொடுத்து அவற்றைப் பராமரித்து வந்தார்.

கோலப்பனும் கந்தையாவும் விக்கிரசிங்கம்பிள்ளையை தோப்பில் பார்த்தனர். தோப்பில் அவர் தனிமையில் இருந்தது அவர்களுக்கு ஆறுதலாய் இருந்தது.

இவர்களைக் கண்டதும் முதலில் ஓர் குற்ற உணர்வு ஏற்பட்டது அவருக்கு. மார்பின் மயிர்க்கூட்டத்தில் கைவிட்டு அளைந்து தன்னை நிதானப்படுத்திக் கொண்டு கேட்டார்.

“என்னடே? என்ன விசேசம்?”

“உங்க கிட்டே ஒரு காரியம் சொல்லீட்டுப் போலாம்ணுதான் வந்தோம். இதை வேற யாரும் அறிஞ்சா ரெண்டு பேருக்கும் நல்லதில்லே... உங்க மகன் சோணாயலத்தை நீங்க கொஞ்சம் கண்டிச்சு வைக்கணும்...”

“ஏன்?”

“நேத்து முந்தி கருக்கல்லே கோலப்பனுக்கு மக வீட்டுப் பாடம் முடிச்சிட்டு வரச்சில்லே அவன் சொள்ள மாடன் கோயிலுக்கு கிட்டே நிண்ணுக்கிட்டு அதைப் புடிச்சு கோயிலுக்குப் பொறத்த வாட்டீண்ணு இளுத்திருக்கான்...”

“நேத்தா? நேத்து அவன் சாயங்காலம் வெள்ளமடத்துகில்லா போயிருந்தான்”.

“அதென்னமோ எங்களுக்குத் தெரியாது. அந்தக் குட்டி அளுதுக்கிட்டு வந்து வீட்டிலே சொல்லீருக்கு... நாலு பேருக்குத் தெரிஞ்சா குறைச்சலுண்ணு உங்ககிட்டே சொல்லி பையனை தட்டிக் கேக்கணும்ணுதான் வந்தோம்...”

“கந்தையா! நான் சொல்லுகனேண்ணு வருத்தப்படப்பிடாது. சோணாயலத்துக்கு கொஞ்சம் வெளையாட்டுப் புத்தி உண்டும். சின்னப்பிள்ளைண்ணு வெளையாடீருப்பான். அது பயந்துகிட்டு

ஓடீருக்கும் போலிருக்கு... நீ ஒண்ணுமில்லாத சங்கதியை எல்லாம் இப்பிடி தூக்கிப் பிடிச்சுக்கிட்டு வாறது நல்லால்லே... அண்ணைக்கும் அப்படித்தான் மாடு குளிப்பாட்டப் போகச்சிலே மாடு கலைஞ்சிட்டுண்ணு வேலப்ப ஆசாரி மக குடத்தைக் கீழே போட்டதுக்கு நீ பெரிய ஆளாயிட்டு பயலைப் புடிச்சு அடிச்சிருக்கே... பின்னே சவத்தைப் பெரிசாக்காண்டாம்ணுதான் அந்தால விட்டேன்... நீ பின்னேயும் பின்னேயும் இப்பிடி வேண்டாத்தனம் பேசுகது நல்லாருக்காது பாத்துக்கோ..."

"அப்பம் நான் வேலைமெனக்கெட்டு பொய் சொல்லி உம்ம மகன் பேரைக் கெடுக்கதுக்கு வந்திருக்கேன்னு சொல்லு கேராக்கும்..."

"நான் அப்பிடியெல்லாம் சொல்லல்லே... ஆனா நாலு ஆளு உனக்கு கூட இருக்குண்ணு ஊரே உனக்கு அடங்கியொடுங்கி நடக்கும்ணு எதிர்பார்த்தா அது நடக்காது... நாங்களும் சவம் போட்டும் போட்டும்ணுதான் விடுகோம். நீ அந்தால சட்டம் பித்தனம் ஒண்ணும் காட்டாண்டாம்..."

"நான் சட்டம்பித்தனம் காட்டுகனா இல்லையாங்கது இருக்கட்டும்... ஆனா உம்ம மகனை இப்பிடி விட்டா பின்னால நல்லாருக்காது..."

"இந்த பயமுறுத்தலொண்ணும் எங்கிட்டே வேண்டாம். எனக்கு எப்பிடி பிள்ளை வளர்க்கதுண்ணு தெரியும்..."

"அப்பிடியா? பொறவு கந்தையா இப்பிடி செய்து போட்டானேண்ணு வருத்தப்படாதியும்... எங்க தோட்டத்தை மாடு விட்டு அழிச்சேரு... சரி போட்டும்ணு விட்டோம். மக்களையும் பொண்டாளணும்ணு பாத்தா கதை பொறவு வேறயாயிருக்கும்..."

"சும்மா ஏண்டே பேசீட்டக் கெடக்கே... உன்னால ஆன மயிரைப் பாரு..."

"மயிரு கியிருண்ணு பேசினா எனக்கும் பேசத் தெரியும்..."

"சோலி மயிரைப் பாருலே... உன்னைப் பேல ஆயிரம் சட்டம்பி எனக்கு சலாம் போட்டுக்கிட்டு போயிருக்கான்".

கந்தையாவைப் பிடித்து இழுத்துக் கொண்டு வெளியே வருவதற்குள் கோலப்பனுக்கு பெரும்பாடு ஆகிவிட்டது. வீணாக ஓர் சண்டை மூண்டால் நாலு பேர் கூடி, என்ன ஏது என்று கேள்வி ஆகி, தன் மகள் மானம் ஊர்வாயில் கிழிபடும் என்ற அச்சம்

கோலப்பனுக்கு. ஓரளவு இது தனது புத்தியிலும் உறைத்ததால், கந்தையா ஆத்திரத்தை அடக்கிக் கொண்டு மறுபடியும் தோட்டத்துக்குப் போனான்.

தோட்டத்தில் சில்லறை வேலைகளில் ஈடுபட்டிருந்தாலும் அவன் மனம் அதில் ஒன்றவில்லை. விக்கிரமசிங்கம்பிள்ளைக்கு ஒரு பாடம் படிப்பித்தல்லாமல் தீராது. இனிமேலும் பொறுத்துக் கொண்டே போனால் பிள்ளைப்பூச்சிபோல் தன்னை இவர்கள் இகழ்ச்சியோடு பார்ப்பார்கள். இவன் ஓர் கையாலாகாதவன், குரைக்கிற நாய் என்றெல்லாம் இளப்பமாய்ப் போகும்.

இளப்பமாய்ப் போவதில் கந்தையாவுக்கு சொந்த இழப்பு ஏதும் இல்லை. ஆனால் இதுவே பின்னால் கண்ணாய்க் காக்கும் தோட்டத்துக்கு ஆபத்தாய் உருவெடுக்கும். அவர்களில் யாருக்கேனும் மற்றுமோர் முறை தோட்டத்தில் எந்த விதத்திலாவது விளையாடிப் பார்க்கத் தோன்றும். அந்த இழப்பு சொந்த இழப்பல்ல - பல பேரின் ஒன்று திரண்ட ரத்தத்தின் இழப்பு. அதைத் தடுத்து நிறுத்துவதற்காகவேனும் விக்கிரமசிங்கம் பிள்ளைக்கு ஓர் பாடம் தேவை. இதுபோல் மற்றவர்களுக்கு ஏதேனும் எண்ணம் இருக்குமானால் அது அவர் பெறும் பாடத்தில் அறுபட வேண்டும். யாரும் எது வேண்டுமானாலும் செய்யலாம், இவர்கள் பார்த்து இளித்துக் கொண்டிருப்பார்கள் என்ற தோரணை எவரிடமேனும் இருக்குமானால் அது தகர்க்கப்பட வேண்டும்.

ஆனால் எந்த வழியில் அவருக்குப் பாடம் படிப்பிப்பது?

பொருட்சேதம் இல்லாமல், ஆட்சேதம் இல்லாமல், கந்தையா செய்தது நியாயம்தான் என மற்றவரும் சொல்லும் வண்ணம், ஆனால் விக்கிரமசிங்கம்பிள்ளை கூட்டாளிகளுக்குத் தீராத மான பங்கம் ஏற்படுத்துவதுபோல, தலைகுனிவை உண்டாக்குவது போல...

தீவிரமாய் யோசித்தான் கந்தையா.

15

மாங்கோணத்து எல்லையில் கால்வைக்கும்போது சாந்தப்பனுக்கு பதினான்கு பதினாறு வயதிருக்கும். அரையில் அழுக்கடைந்த கிழிந்த பெரியதோர் காக்கி நிக்கர். தோளில் சிவப்பான, மீன் வலை போல் அடர்த்தி அற்ற குற்றாலத்துண்டு. பல மைல்கள் நடந்து வந்ததால் ஏற்படும் சோர்வு தெரிந்தது. புழுதி படிந்து கசங்கியிருந்த உடல். ஏதோ காரணத்தால் வீட்டில் சண்டை போட்டு, மூலைக்கலைப் பட்டியிலிருந்து புறப்பட்டு வள்ளியூர், காவல் கிணறு, ஆரல்வாய்மொழி, தேவாளை வழியாக நடந்து, சந்தைவிளை தாண்டி மாங்கோணத்துக் கிழக்கு எல்லையில் சுடலைமாடன் கோயில் முன்னால், ஆலமரத்தை அடுத்திருந்த படித்துறையில் இறங்கி, கைகால் முகம் கழுவி, இரண்டு வாய்த் தண்ணீர் பருகிவிட்டுக் கலுங்கில் ஏறி அமர்ந்தான்.

வழிப்போக்கர்களுக்கு இந்த இடத்தைக் கண்டால் கொஞ்சம் இருந்துவிட்டுப் போகத் தோன்றும். சீதளக் குலுங்கல் அந்தச் சூழ்நிலைக்கு உண்டு. ஆலமர நிழல், தொட்டு அடுத்து சலசலத்தோடும் இலுப்பாறு, அக்கரையில் புன்னைக் கூட்டம். கொஞ்சம் இளைப்பாற உட்கார்ந்தால் எழுந்து போக மனம் வராது. கண்ணைக் கிறக்கிக் கொண்டு வரும். நிழலுக்கும் காற்றுக்கும் நீருக்கும் உண்டான போதை அது. ஓராள் தாராளமாய்ப் படுத்துறங்க வீதி கொண்ட கற்பாளங்கள் பதித்த கலுங்கு அது. பல மைல்கள் நடந்த களைப்பும் சோர்வும் தூண்ட, படுத்துக் கண்ணை மூடினான் சாந்தப்பன். காற்று களைப்பை அள்ளிக்கொண்டு போயிற்று. கண்ணைக் கிறக்கிக் கொண்டு வந்தது.

சாந்தப்பன் கண்ணைத் திறந்தபோது பிற்பகல் மூன்று மணி. பசியால் கண்ணில் ஓர் திரையும் தலையில் ஓர் கனமும். விழித்தபடி கொஞ்ச நேரம் கிடந்தான். இனிமேல் எங்கு போவது

என்று தெரியவில்லை. இலக்கில்லாமல், எதுவரை எதற்காக நடக்கிறோம் என்ற எட்டிய சிந்தனையும் இல்லை.

எழுந்து உட்கார்ந்து, மந்தமாய்ப் பார்த்துக் கொண்டிருந்தான். அவன் கருத்தின்றி உட்கார்ந்து கொண்டிருப்பதை ஏதோ வழிப்போக்கன் என்று எண்ணி மாங்கோணத்து வாசிகள் பார்த்துக் கொண்டு போனார்கள்.

சாந்தப்பன் முற்பகலில் அங்கே வந்ததையும், பசியால் களைத்து உறங்கியதையும் எதிர்த்தாற் போலிருந்த சுடலைமாடன் பார்த்து சற்று நேரம் சிந்தித்திருப்பார் போலிருக்கிறது. இந்த அடியானை எப்படியும் தடுத்து ஆட்கொண்டு அருளுவது என்ற தீர்மானத்துடன் விக்கிரமசிங்கபிள்ளையின் மேற்பார்வைக்காரக் கிழவர் நல்லதம்பியை வயலில் இருந்து அனுப்பினார்.

கலுங்கில் உட்கார்ந்து பரக்கப்பரக்கப் பார்த்துக்கொண்டிருந்த சாந்தப்பனைக் கண்டதும், இது யார் வேற்றாள் என்ற உணர்வு அவருக்கு ஏற்பட்டது.

"எந்த ஊருப்போ தம்பி?"

"ஐயா! மூலைக்கலைப்பட்டி..."

"என்ன பிள்ளையோ?"

"கோனாக்கமாரு..."

"இங்க யாரு வீட்டுக்கு வந்திருக்கே?"

"..........."

"இந்தப் பாதையா போறியா?"

"..........."

சாந்தப்பனைக் கூர்ந்து பார்த்தார். உடம்பில் சோர்வு தெரிந்தது. கண்களில் பசிக்கலங்கல் தெரிந்தது.

"வீட்டிலே சொல்லாம ஓடி வந்திட்டியோவ்?"

"ஆமா..."

"என்ன செய்யதா உத்தேசம்?"

"ஏதாஞ்சோலி கெடைக்குமாண்ணு பாக்கணும்..."

"என்ன சோலி தெரியும்?"

"............"

"ஊரிலே என்ன செய்துக்கிட்டிருந்தே?"

"ஆடு கொண்டுக்கிட்டு போவேன்..."

"ஒரு சோலி இருக்கும் செய்வியா?"

"சரிய்யா..."

"பத்து நுப்பது மாடு இருக்கும்... எல்லாம் பசுமாடு, எருமை மாடு... பின்னே கண்ணுக்குட்டியோ... மேச்சுக் கொண்டாந்து கெட்டணும். முடியுமா உன்னாலே?"

"செய்யேன்யா..."

சாந்தப்பனைக் கையோடு கூட்டிக் கொண்டு விக்கிரமசிங்கம் பிள்ளையின் வீட்டுக்குப் போனார் நல்ல தம்பி. விக்கிரமசிங்கம் பிள்ளையின் பெண்டாட்டி செல்லம்மையிடம் சொல்லி அவனுக்கு சாப்பாடு போடச் சொன்னார்.

ஒட்டுப்படிப்புரையில் சாந்தப்பனை உட்கார வைத்து, முன்னால் பழுத்துச் சுருண்டிருந்த வாழை இலையைப் பரத்திப் போட்டு, புளித்த பழையதை நிறையப் பிழிந்து வைத்து, கொடியடுப்பில் கொதித்துக் கிடந்த பழங்கறிப்பானையிலிருந்து இரண்டு அகப்பை கறியும் கோரி பழையதன்மேல் விட்டாள் செல்லம்மாள்.

சாந்தப்பன் திருப்தியாகச் சாப்பிட்டான்.

அன்று நிறைந்த அவன் வயிறு பின்னால் வாடவேயில்லை.

முதலில் மாடு மேய்க்க என்று அமர்த்தப்பட்டாலும், மாடு மேய்த்துக் கட்டுவதோடு வேலை நின்று போகவில்லை. காலையில் எழுந்ததும் இரண்டு தொழுவங்களிலும் வைக்கோலை ஒதுக்கி, சாணம் எடுத்து உரக்குண்டில் போட வேண்டும். தொட்டிகளில் தண்ணீர் நிறைக்க வேண்டும். அரைத்து வைத்திருக்கும் பருத்திக் கொட்டை, புண்ணாக்கு, தீட்டுத்தவிடு போட்டுக் கலக்கி உழவுமாடு, கறவைமாடுகளுக்குத் தண்ணீர் காட்ட வேண்டும். கன்றுக்குட்டிகளை மாற்றிக் கட்ட வேண்டும்.

இதற்குள் ஒன்பது மணி அடித்துவிடும். பிறகு சில்லறை வீட்டு வேலைகள். விறகெடுத்துப் போடுவது. தேங்காய் தொலித்துக் கொடுப்பது. தோட்டத்துக்குப் போய் கீரை,

முருங்கைக்காய், காய்கறிகள் பறித்துக்கொண்டு வருவது, இலை அறுத்துக் கொடுப்பது.

வயிறு நிறைய பழையது குடித்துவிட்டு பத்தரை மணிக்கு மாட்டை அவிழ்த்தால், இலுப்பாற்றங்கரையோடு மாடு மேயும். மூன்று மணிக்கு மாட்டை வெள்ளத்தில் இறக்கி அடித்து நீச்சி, தேய்த்துக் கழுவிக்கொண்டு வந்து களத்தில் அடைத்ததும் மத்தியானச் சாப்பாடு. பிறகு இரண்டு அளிகளிலும் வைக்கோல் பிடுங்கி வைத்துத் தொட்டிகளில் தண்ணீர் நிறைத்து, மாடுகளுக்கு தண்ணீர் காட்டிக் கட்டி, கன்றுக்குட்டிகளை வேறு புரையில் அடைத்து, சில்லறை வீட்டு வேலைகள்.

இரவு சாப்பிட்டுப் படுக்கப் போனால் மறுநாள் காலையைத் தான் கண்கள் காணும்.

ஒற்றை ஆள் ஆனதால் சாந்தப்பனுக்கு என்று தனியாக இடம் ஏதும் வேண்டியிருக்கவில்லை. மாட்டுத் தொழுவை அடுத்து இருந்த பத்தயப்புரையின் படிப்புரை வாசம் சுகவாசம். ஆடைக்கும் கோடைக்கும் அதுதான்.

மாசி, பங்குனி, சித்திரையில் சிலுப்பும் காற்று. ஆனி, ஆடிக் கொந்தலுக்கும், கார்த்திகை, மார்கழிக் குளிருக்கும் பருத்தி விதைச் சாக்கினுள் சுருண்டு, மடங்கி, போர்த்தி...

தேடிக் கண்டுபிடித்து ஊரிலிருந்து அழைத்துப் போக ஆட்கள் வந்தனர். சாந்தப்பனுக்கு மாங்கோணத்துக் காற்று, தண்ணீர் இவற்றைப் பிரிய மனமில்லை. சொந்த ஊரிலும் எந்த சிற்றரசும் வாரிசற்றுப் புலம்பவில்லை. ஆதலால் சாந்தப்பன், விக்கிரமசிங்கம்பிள்ளை வீட்டிலேயே வளர்ந்தான். மணற்பாங்கான ஆற்றோரம் தாழைக்கூட்டம் மடல்நீட்டி வளர்வது போல் வளர்ந்தான்.

உழவு நேரங்களில் கை ஏர் பிடித்தான். விதைப்புக் காலங்களில் வரப்பு முடங்குகளை, உரம் அடித்துப் போட்டு வைத்திருந்த குமியலின் அடியில் இருந்து வட்டங்களைக் கொத்திக் கொடுத்தான். வலவாய் வாங்கினான். சின்னச்சின்ன துண்டங்களில் வரப்பு வெட்டினான். பருவங்கள் மாறின. சின்ன வேலைகளில் சாமர்த்தியம் காட்டினான்.

விசாரிப்புக்காரக்கிழவர் முதுமையால் தளர்ந்தார்.

யாரும் சொல்லாமலேயே சாந்தப்பன் அவர் வேலைகளை மேற்கொண்டான். மாடு மேய்க்க வேறு பையன் வந்தான்.

சாந்தப்பனிடம் பொய் இல்லை. நெஞ்சில் கள்ளம் இல்லை. குண்டுணி, குசும்பு இல்லை. கையில் திருட்டு இல்லை. வேலையில் வஞ்சகம் இல்லை.

விக்கிரமசிங்கம்பிள்ளையின் தோழனாய், மந்திரியாய், அடியாளாய், நல்லாசிரியனாய், அன்பனாய்...

சாந்தப்பன் என்றால் ஊரில் யாருக்கும் பகை கிடையாது. நல்ல உழைப்பாளி. கபடில்லா முகம். யார் சீண்டினாலும் சிரித்து விட்டுப் போகும் குணம். வெடுக்கு சுறுக்கு இல்லாத மறுமொழிகள்... சிலருக்கு அதனாலேயே ஓர் இளக்காரம்.

சாப்பாடும் உழைப்பும் தவிர அவனுக்கு வேறேதும் தெரியாது. எப்போதாவது பண்ணையார் குடும்பம் வில்வண்டி பூட்டிச் சினிமாவுக்குப் போகும்போது, சாந்தப்பனுக்கும் ஒரு சினிமா காட்சி கிடைக்கும்.

அவன் வயதொத்தவர்கள் சிலர் அவனுக்கு அங்கே நட்பாக இருந்தனர். சீண்டலும் சிணுங்கலுமாய்ப் பொழுதுபோக்க. கலுங்குகளில் உட்கார்ந்து வம்பு பேச. பெரிதும் கேலி சாந்தப்பனைச் சார்ந்தே இருக்கும். அவன் முரட்டு உருவத்துக்கு ஓர் அச்சமூட்டும் தன்மை இருந்ததால், கேலி கிண்டல் எல்லாம் அளவுக்குள் இருந்தன.

வெற்றிலை போடுவது, பீடி பிடிப்பது, பொடி போடுவது, கள் குடிப்பது அங்கே பொருட்படுத்தப்பட்டதில்லை. சாந்தப்பனுக்கு வெற்றிலை, பாக்கு, அங்குவிலாஸ் புகையிலை என்றால் பிறப்பின் பயன்.

மடியில், பாலிதீன் பை ஒன்றில் அன்றைய தேவைக்குத் தட்டின்றி வெற்றிலை, பாக்கு, புகையிலை, சுண்ணாம்பு இருக்கும். சாயங்காலம் வேலை முடிந்த பிறகு, மறுபடியும் தீவட்டி ரங்கையா கடையில் பை நிறையும். பூ கணக்கில் பற்று வரவு ஆகையால் வெற்றிலைப்பை என்றைக்கும் இளைப்பதில்லை.

நிரம்ப உல்லாசமாய் உட்கார்ந்து வயல், விளைச்சல், மாடு என்று பேசிக் கொண்டிருக்கும்போது, விக்கிரமசிங்கம்பிள்ளை வெற்றிலைச் செல்லத்தை அவன் பக்கம் நகர்த்துவார். பெரியதோர் கௌரவம் கிடைத்த பெருமிதம் முகத்தில் துலங்க, கூசிக் குறுகி வெற்றிலை எடுத்துப் போட்டுக் கொள்வான் சாந்தப்பன்.

இதைத்தவிர சாந்தப்பனுக்கு மாதம் ஒரு முறையோ இரு முறையோ பிடித்தமான பொருள் இரண்டு கலயம் பனங் கள். வறுத்த அயிலை மீனோ, சுண்டல் கடலையோ, மரச்சீனிக் கிழங்கோ, வற்றலோ சுள்ளென்ற எரிப்புடன் பக்கத்தில் தேக்கிலையில் வைத்துக் கொண்டு கள்ளை உறிஞ்சுவது ஜீவாத்மா பரமாத்மாவில் கலக்கும் பேரின்பம்.

வேலையை எல்லாம் சீக்கிரத்தில் ஏறக்கட்டிவிட்டு, வேகமாய் சந்தைவிளைக்குப் போய் இரண்டும் கலயம் ஊற்றிவிட்டு வந்தால் - சில சமயம் இரவு சாப்பாட்டுக்கு பண்ணையார் வீட்டுக்குப் போவதில்லை. சாப்பிடப் போனாலும் குனிந்த தலை நிமிர்வதில்லை. கள் குடித்தாலும் சாந்தப்பனைக் கொண்டு யாருக்கும் சல்லியம் கிடையாது. எனவே விக்கிரம சிங்கம்பிள்ளை பொருட்படுத்துவதில்லை. அவர் பெண்டாட்டி செல்லம்மை மட்டும் புறுபுறுப்பாள்.

"மூதி... என்ன எளவோ குடிச்சுக்கிட்டு வந்திருக்கு... நாத்தம் பெரட்டுகு... என்னத்துக்குத்தான் இதைப் போட்டு குடிக்கப்பா... கொமட்டயில்லா செய்யி..."

சாந்தப்பன் பதில் பேசாமல் குனிந்து தின்பான். கரிசனையாய் செல்லம்மை அடுக்களைக்குள் குரல் கொடுப்பாள்.

"ஏட்டி சாந்தா... அவனுக்கு ரெண்டு துண்டு மீனு எடுத்தா... சவம் திண்ணுட்டுப்போட்டு..."

நாளாக ஆக, சாந்தப்பனுக்கு ஒரு வீடு கட்டிக் கொடுத்து கல்யாணம் செய்து வைக்க வேண்டும் என்று அவன் பண்ணையாருக்குத் தோன்றியது. மாங்கோணத்தின் மேற்குப்புறம், ஊரின் முடிவில், அவருக்கு காலியானதோர் கட்டாந்தரை உண்டு. பாறிப்போன நாலைந்து தென்னைகள், பூவரசு, முருங்கை தவிர வேறேதும் கிடையாது. அதில் பச்சைச் செங்கல் வைத்துச் சுவரெழுப்பி, மேலே பனங்கை பாவி, முடைந்த தென்னை ஓலையில் கூரை கட்டி, மண் பூசி, வெள்ளை அடித்து, வீடு உருவாயிற்று.

எல்லாம் ஒரே முறி. முன்பக்கம் நிலை விட்டு ஒரு கதவு. பின்பக்கம் சிறைச்சாலையில் இருப்பதுபோல் ஒரு ஜன்னல்.

வீடுகட்டி முடித்த உடன் பெண் பார்க்கத் துவங்கினார்கள். பெண் இலேசில் அகப்படுவதாயில்லை. வீட்டை விட்டு ஓடி

வந்த மாடு. சாதிசனம் பெண் பார்க்கப் போனால்தான் வரவேற்பும் மரியாதையும் உண்டு. விக்கிரமசிங்கம்பிள்ளைக்கு ஓர் அளவுக்கு மேல் கீழே இறங்கவும் முடியவில்லை.

கடைசியில் இரவிபுதூரில், ஓர் வெள்ளாளனுக்கு வைப்பாட்டியாய் இருந்த ஈளுவத்தி மகளைப் பார்த்து சாந்தப்பனுக்குக் கட்டி வைத்தார்கள். சாந்தப்பனுக்கு இதிலொன்றும் பெரிதாக ஈடுபாடு இல்லை.

விக்கிரமசிங்கம்பிள்ளை வீட்டுச் சோற்றுக்கும், பெண்டாட்டி கைச் சமையலுக்கும் பேதமொன்றும் தெரியவில்லை. வயிறு தாராளமாய் நிறைய வேண்டும் என்பதுதான் கவலை. நிறைந்தது.

சாந்தப்பன் பெண்டாட்டி இசக்கியம்மாள் நல்ல கட்டுமுட்டாய் இருந்தாள். சாந்தப்பன் உயரத்துக்கும், வண்ணத்துக்கும் தகுந்த பெண் அந்த நாட்டில் உற்பத்தி ஆவது சந்தேகம். அதற்காக இசக்கியம்மாள் அசிங்கமாய் இருப்பாள் என்றும் சொல்ல முடியாது. புதுநிறத்தில் ஓர் முகப் பொலிவு. கட்டையான உருவம் என்றாலும் திராணியாய்க் கைகால்கள். கண்களில் எப்போதுமாய்ச் சுடரும் ஒரு மருட்சி. முன்னால் பூச்சாண்டி நிற்பதுபோல் பயந்து ஒதுங்கிய நடை... அதிகமானால் அவளுக்குப் பதினேழு வயதிருக்கும்.

திருமணமாகி நாலைந்து ஆண்டுகள் ஆகியும் குழந்தை ஏதும் இல்லை.

இசக்கியம்மாள் தடித்தாள். மதர்த்தாள். 'திடும் திடும்' என்று படை குதிரை போல் தெரு நிறைய நடந்தாள்.

16

சாதாரணமாய் எட்டு மணிக்குள் எல்லா வீடுகளிலும் இரவுச் சாப்பாடு ஆகிவிடும். மாங்கோணம் மெல்ல மெல்ல உறக்கத்தில் ஆழும். ஆனால் எல்லோருக்கும் அவ்வளவு சீக்கிரத்தில் உறக்கம் வந்துவிடுவதில்லை. ஆகவே உண்டு ஏப்பம் பறிந்தபின் ஓர் பீடியோ சுருட்டையோ பற்ற வைத்துக் கொண்டு அல்லது ஒரு தரத்துக்கு வெற்றிலை போட்டுக் கொண்டு ஒரு தரத்துக்கு வெற்றிலையைக் கையில் எடுத்துக் கொண்டு வெளியே புறப்பட்டு விடுவார்கள்.

பள்ளிக்கூடத்து படிப்புரையில் சிலர். அம்மன் கோயில் முகப்பில் சிலர். சாத்தாங்கோயில் திண்ணையில் சிலர் என்று உட்கார்ந்து உலகியல் பேசுவார்கள். சில சமயம் சீட்டுக்களி நடக்கும். சில சமயம் நடக்காது.

சாப்பாடு ஆன பிறகு சில சமயம் சாத்தாங்கோயில் முகப்புக்குக் கந்தையா போவான். அவனை விட வயதான சிலர் அங்கே கூடுவார்கள். வீட்டு வளப்பம், நாட்டு வளப்பம் பேசிக் கொண்டிருப்பார்கள். பேசி முடித்து வீட்டுக்குத் திரும்புகையில் - வேலை இல்லாத நாட்கள் ஆனால் - பதினொன்று பன்னிரெண்டு ஆகிவிடும்.

தோட்டம் சீர்திருத்தி வாழை குலைவிடத் தொடங்கியபின், கந்தையா இன்ன நேரம் என்று இல்லாமல் தோட்டத்துப் பக்கம் உலாத்துவான். இரவுகளில் காவல் உண்டு என்றாலும் அவர்களும் அறியாத கண்காணிப்பு இது. சிலசமயம் சாத்தாங்ககோயில் முகப்பில் இருந்து நேராகத் தோப்புக்குப் போவதோ அல்லது தோப்பிலிருந்து சாத்தாங்கோயில் முகப்பு வழியாகத் திரும்புவதோ உண்டு.

அன்று இரவு சாப்பிட்டு முடித்த பிறகு, தோட்டத்துப் பக்கம் போய் சுற்றிப் பார்த்துவிட்டு, பத்துக் காட்டை தாண்டி, சாத்தாங்கோயிலின் பின்புறம் ஏறினான் கந்தையா.

பின் நிலவுக்காலம். வானில் நட்சத்திரச் சிணுங்கல்கள். வேறு அதிக ஒளியற்று கோயிலின் பின்புறம் இருண்டு கிடந்தது. சாத்தாங்கோயில் மதிலோரம் நின்று ஒன்றுக்குப் போனான் கந்தையா. இடப்பக்கம் நெடு நீளமாய் கிடந்த தோப்பின் வடக்கோரத்தில் இருந்து சாந்தப்பன் வீட்டுக் கதவு திறந்து சிம்னி வெளிச்சம் தெரிந்தது. மொத்தையாய், போர்வை போர்த்திக் கொண்டு ஓர் உருவம் வெளிப்போந்தது. யார் என்று தெரிய வில்லை. அசைவின்றி நின்றான் கந்தையா. தோப்பிலிருந்து வெளியே வந்து, கோயில் முகப்பில் எரிந்த விளக்கொளியில் உருவம் நடந்தபோது யார் என்று தெரிந்தது, விக்கிரமசிங்கம் பிள்ளை.

ஏதோ வேலையாக சாந்தப்பனிடம் வந்துவிட்டுப் போகிறார் போலிருக்கிறது என்று பரமார்த்தமாய் எண்ணிக் கொண்டு, அசட்டையாய் நடந்து, பெரிய தெருவைக் கடந்து, சாலைக்கு வந்தான் கந்தையா. சக்கடா வண்டிச் சத்தம் கேட்டது. காளைகளின் மணியும், வண்டியின் குடத்து நாதமும், மாட்டை அதட்டும் மனித ஓசையும் இருள் படுதாவில் துல்லியமாய் வெள்ளை வரைகள் கீறின.

“யாரு சாந்தப்பனா? வண்டி எங்கடே போயிட்டு வருகு?”

“தக்கலைக்கு பாட்ட நெல்லு கொண்டுக்கிட்டுப் போனேன். சவத்து அய்யனுக்கு தட்டி, வீசி, அளந்து, சாக்கிலே கெட்டி, மேலே கொண்டு அடுக்கி... பூதோறும் இதே எழவுதாலா?”

“இன்னும் பாட்ட நெல்லு அளந்து தீரல்லியா?”

“தீந்து... வெள்ளிக் கெழமை கொட்டாரத்துக்கு கொண்டு போணும்... அதோட சோலி முடியும்...”

“சரி போ... நேரம் பனிரெண்டு ஆகப்போகு...”

அன்று விக்கிரமசிங்கம்பிள்ளையோடு சண்டை போட்டு விட்டு வந்த பிறகு, இந்தக் கொழுப்பைச் சரியான முறையில் வடிய வைக்க வேண்டும் என்ற ஆவேசம் இருந்தது கந்தையாவுக்கு. ஓர் முட்டாள்த்தனமான மோதல் நல்லதல்ல. ஆனால் எப்படியும் விக்கிரமசிங்கம்பிள்ளையைப் பழி வாங்க வேண்டும். அவமானம் செய்ய வேண்டும்.

சோணாசலத்தைப் பொறியில் சிக்க வைப்பது பெரிய காரியமல்ல. ஆனால் ஊர் நியாயம் பலவிதம்.

"சவம் சின்னப் பயங்கேன்... தெரியாமச் செய்திட்டான். இதைப் போயி பெரிசாக்க முடியுமா? சவத்தைத் தள்ளப்பா..." என்ற விதத்தில் எளிதாக விடுபட்டு போகும். தீராததோர் அவமானத்தை அவர் முகத்தில் பூச வேண்டும்.

விக்கிரமசிங்கம்பிள்ளை வசம் கிழிப்பதற்கு நிறைய முகமூடிகள் கிடையாது. சாதாரணமாய் மாங்கோணத்துப் பண்ணையார்களுக்கு பல நிறச் சேலைகளைக் கண்டால் ஓர் இளிப்பு ஏற்படும்.

கல்லைக்கண்ட நாயின் இளிப்பு.

மூத்திரம் குடிக்கும் காளையின் இளிப்பு...

அப்படிப்பட்ட விவகாரங்கள் விக்கிரமசிங்கம் பிள்ளையிடம் கிடையாது. அந்த வகையில் யோக்கியன் என்றுதான் எல்லோரும் நம்பினார்கள். நெஞ்சத்து வஞ்சங்ளைப் பிளந்து காட்ட நரசிங்கத்தின் நகங்களுக்கே கூர்மை போதாதபோது...

இலகுவான திட்டம் ஒன்று உருவானது கந்தையாவின் மனதில். இது ஒரு வாய்ப்பைப் பயன்படுத்திக் கொள்ளும் முயற்சி. வெற்றி பெற்றால் விக்கிரமசிங்கம்பிள்ளையின் நடபடிக்கைக்கார பிரமுகர் முகம் கிழிந்து தொங்கும்.

வெள்ளிக்கிழமை, இரவுச் சாப்பாட்டுக்குப் பின்னர், வழக்கம்போல் சாத்தாங்கோயில் முகப்பில் உட்கார்ந்து பேசிக் கொண்டிருந்தான் கந்தையா. கூடவே நிலையுள்ள சில மனிதர்கள். நடுவீட்டு பஞ்சலிங்கம் பிள்ளை. சகாதேவன்பிள்ளை பாட்டா. கொழும்பு பகவதிப் பெருமாள். பால் கறவைத் தேவர். லாயர் செல்லம் பிள்ளை.

நேரம் பத்து மணியைத் தாண்டிவிட்டது. பஞ்சலிங்கம் பிள்ளை பழைய காலத்துக் கதை ஒன்றை விவரமாய் சொல்லிக் கொண்டிருந்தார் -

"நல்ல நெலவு பாத்துக்கிடும். நான் தெருப் படிப்புரையிலே படுத்திருந்தேன். காத்து சொகமா அடிக்கு... ராத்திரிக்கு தேங்கா வச்சு சுட்ட தோசை... ஒடுக்கத்தி வெள்ளிக் கிழமை விரதம்லா... வயறு கம்முண்ணு இருந்து, உறக்கம் சுத்தீட்டு வருகு... நடுச்சாமம் ஆயிருக்கும். சலங், சலங், சலங், சலங்ஞு ஒரு சத்தம். கண்ணைத்

தொறக்க முடியல்லே... சர்ரங்... சர்ரங்ஞு வெங்கலப் பானையை மண்ணுலே போட்டு இளுத்த மாதிரி சத்தங் கேக்கு. கஷ்டப்பட்டு கண்ணைத் தொறந்து பாத்தா, ஒரு ஆளு. ஒரு மூச்சு உசரமும் தண்டியும். கால்லே சலங்கை போட்டுக்கிட்டு பெரிய கிடாரம் ஒண்ணைச் சங்கிலீல கெட்டி இளுத்துக்கிட்டுப் போகு... நிலவு கண்ணைக் கூசுக மாதிரி அடிக்கு. எனக்கு தேகமெல்லாம் விசர்த்திட்டு. விசயம் மனசிலாச்சு. போறது சங்கிலி பூவத்தான்... நம்ம சொள்ளமுத்துப்பிள்ளை களத்திலேதானே அவுருக்குப் பூடம். வெள்ளிக் கெளமை. நல்ல நெலவு அடிக்கில்லா... அதான் லாந்தப் பொறப்பட்டிருக்காரு... பொறத்த சங்கிலிலே கெட்டீருக்க கிடாரம் நெறையத் தங்கம் கருப்பட்டி கருப்பட்டியா..."

"அந்தால என்ன செய்தேரு?"

"என்னத்தைச் செய்யே... கையிலே பிச்சாத்தி இல்லே... வீட்டிலே தட்டி எளுப்பி கத்தி கொண்டாந்து சுண்டு விரலைக்கீறி ரெத்தம் எடுக்கதுவரைக்கும் சங்கிலி பூவத்தான் கிடாரத்தையும் வச்சுக்கிட்டு நிக்கவா போறாரு... எனக்கு ஆத்தாமைண்ணா இன்ன மட்டுண்ணு இல்லே... அவுரு பாட்டுக்கு போயிட்டே இருக்காரு... நமக்கு குடுத்துவைக்காண்டாமா? குடுத்து வச்சிருந்தா இப்பிடி மருமக கையினாலே இடிசோறு திங்கணுமாக்கும்..."

சாத்தாகோயிலின் இடப்புறமாய், ஆற்றுக்குப் போகிற தோரணையில், விக்கிரமசிங்கம்பிள்ளை நடந்து போவதைக் கவனித்தான் கந்தையா.

"என்னப்பா பஞ்சலிங்கம்? இப்பிடிச் சொல்லுகே? இருக்கது ஒரே மகனும் மருமகளும்... உனக்கா இடி சோறு? செல்லச் சோறுல்லா" - சகாதேவன்பிள்ளை பாட்டா.

"பாட்டா அப்பிடித்தான் நினைச்சுக்கிட்டீரோவ்? ரெண்டு பேரும் முடிவானுக்கு வாய்க்கரிசி போடுகமாரியில்லா நினைச்சிருக்கா..."

"நேத்தைக்கு அவுளுக்க அம்மைக்காரி அழயாண்டியரத்திலே இருந்து வந்திருக்கா... ஒரு குத்துப் போணி நிறைய முறுக்கு சுட்டுக்கிட்டு... மக மூணாவது உண்டாயிருக்காள்ளா அதிசயமாட்டு... பாக்கதுக்கு வந்திருக்கா... மாப்பிள்ளைக்கும் பொண்டாட்டிக்கும் கடுக்கு முடுக்குண்ணு திங்கதுதான் வேலை. ராத்திரி பூரா அரைச்சுத் தள்ளுகா... இன்னா ஒரு முறுக்கு திண்ணுண்ணு தந்தாள்ளே பாவி..."

“உமக்குப் பல்லில்லேண்ணு நினைச்சிருப்பா...”

“பல்லில்லாட்டா... ரெண்டு பொடிச்சுத் தரப்பிடாதா? அவுளுக்கு அப்பம்ணா இப்பிடி பாக்கவச்சு திம்பாளா? இந்தப் பொண்ணையனும் ஈண்டு கேட்டாமில்லே...”

வம்பளப்பதில் சில நிமிடங்கள் சென்றன. கந்தையா ஒருவகைப் பரபரப்பில் இருந்தான். அவன் எதிர்பார்த்ததுபோல சாத்தாங்கோயிலின் இடப்புறத்து முடுக்கில் இருந்து கோலப்பனும் பூதலிங்கமும் வெளிப்பட்டனர். வெளிப்படையான ஒரு பதட்டம் அவர்கள் நடையில் தெரிந்தது. கந்தையா கேட்டான்.

“என்னடே பூலிங்கம்?”

“உன்னைத்தான்பாத்து வந்தோம். நம் தோட்டத்துக்குக் கிட்டே ரெண்டு வேத்தாளு நடமாடிச்சு... தோட்டத்திலே இறங்கட்டும்ணு பம்மி இருந்தோம். இறங்கல்லே... கள்ளப்பட்டுப் போயிட்டாண்ணு வெளீல வந்து பாத்தா, சுடுகாட்டுக்கு மேக்கே விக்கிரமசிங்கம்பிள்ளைக்கு தென்னந்தோப்பு இருக்கில்லா... அதுலே இறங்கினதுமாதிரி இருந்து... அதான் சொல்லிகூட ரெண்டு ஆளையும் கூட்டீட்டுப் போலாம்ணு வந்தோம்...”

“சரி பொறப்பிடு... நம்ம பேட்ரி லைட்டும் வெட்டுக் குத்தியும் இருக்கா... பாட்டா! நீங்க வீட்டுக்குப் போங்கோ... தேவரே வாரும் போயிப் பாக்கலாம்...”

சகாதேவன்பிள்ளை பாட்டாவுக்கு ஒரு வேகம் வந்தது.

“கந்தையா என்னை ஒரு மாரி நினைச்சுப் போட்டியாடே? வயசாயிட்டுண்ணா வீட்டுக்குப் போகச் சொல்லுகே...”

“சரி! பின்னே வாரும்...”

சாத்தாங்கோயில் முகப்பில் இருந்து எல்லோருமாய் புறப்பட்டனர். கோயில் சுவரை ஒட்டி நடக்கையில், திடீரெனத் தோன்றியதுபோல் கந்தையா சொன்னான்.

“பூலிங்கம்... எதுக்கும் சாந்தப்பனையும் எளுப்பி கூட்டீட்டுப் போலாம். அவன் கிட்டேயும் ஒரு லைட் உண்டும்... தோப்பு விக்கிரமசிங்கம்பிள்ளைக்கு ஆனதினாலே, அவனையும் கூட்டிக்கிடுகது நல்லதுதான்... தேவரே! போயி சாந்தப்பனை எளுப்பும், பூலிங்கம் கூடப்போ... சாந்தப்பனை ஒரு வெட்டுக் குத்தியோ கம்போ எடுத்துக்கிடச் சொல்லு...”

கோயில் முடுக்கில், தோப்பின் வாசலுக்கு நேரே கந்தையா, கோலப்பன், பஞ்சலிங்கம்பிள்ளை, லாயர் செல்லம்பிள்ளை, சகாதேவன்பிள்ளை பாட்டா, கொழும்பு பகவதிப்பெருமாள்...

கதவைத் தட்டத்தட்ட கொஞ்சநேரம் திறக்கப்படவில்லை. கதவு திறக்கப்பட்ட போது...

தலையைக் குனிந்துகொண்டு விக்கிரமசிங்கம்பிள்ளை வெளிப்பட்டார்.

அவரை எதிர்பார்த்திராத தேவர் குழறினார்.

"பண்ணையாருக்க தோப்பிலே... கள்ளன்..."

லாயர் செல்லம்பிள்ளை நடப்பதைப் புரிந்து கொண்டு முகத்தைக் கறுத்தார். சகாதேவன்பிள்ளை பாட்டா சொன்னார் -

"கொள்ளாண்டே... இதான் யோக்கியனுக்கு அடையாளம்..."

கந்தையாவை தீப்பார்வை பார்த்துவிட்டு நடந்து போனார் விக்கிரமசிங்கம்பிள்ளை.

17

மாசி மாதத்து முதல் செவ்வாய்கிழமை. மைலாடியில் இருக்கும் மகள் வீட்டுக்குப் போய் விட்டு மாலையப்பபிள்ளை இரவு ஒன்பதரை மணிக்குத்தான் வீடு திரும்பினார். வைரவன் சாமியின் பீடம் ஆடுபவரான மாலையப்பபிள்ளைக்கு வெள்ளியும் செவ்வாயும் விரதம். அந்த நாட்களில் அசைவம் உண்பதில்லை. வறுத்து அரைத்து நெய்மீன் துண்டம் கறுத்தக்கறி வைத்தாலும் சரி, குதிப்புமீன் புளிமுளம் வைத்தாலும் சரி. தொடுவதில்லை.

விரதநாட்களில் அவருக்கு மட்டும் தனிச் சமையல். அவருடைய பெண்டாட்டி குளித்துவிட்டு வந்துதான் உலை மூட்டுவாள். காலையிலும் மாலையிலும் பலகாரம். மத்தியானம் ஒரு நேரம் சாப்பாடு.

மாலையப்பபிள்ளையின் அப்பா சாகக்கிடக்கையில், மூத்த மகன் மாலையப்பபிள்ளைக்குத்தான் கோமரம் உரிமை கிடைத்தது. அவர் கற்பித்துச் சென்றபடி எதை வைத்திருக்கிறாரோ விட்டாரோ, ஆனால் இந்த விரதம் மட்டும் முடங்காமல் நடந்து வந்தது.

வெள்ளி செவ்வாய்க் கிழமைகளில், உறவினர் வீடுகளில் சூலழைப்பு, சடங்கு, கல்யாணம், மறுவீடு என்று விசேடங்கள் வந்தால் கலந்துகொள்வாரே தவிர சாப்பிடுவதில்லை. ஐயரே பொங்கி இருந்தாலும் சரி. அவருக்கு என்று இரண்டு வாழைப் பழங்களும் ஓர் இளநீரும் சீவி வைப்பார்கள். அவ்வளவுதான். அதிலும் குறிப்பாக பாண்டசுத்தி, கல்லெடுப்பு வீடுகளுக்குப் போனால் தாகத்துக்குக்கூட தண்ணீர் குடிப்பதில்லை. தீட்டு முழுவதுமாய் நீங்கி இருக்காது என்ற ஐயம்.

பொதுவாக அசைவம் என்றால் மீன், முட்டை, இறைச்சி மூன்றும்தான். ஆனால் இறைச்சி - எங்காவது ஆடு செத்துப்

போனாலோ, எவராவது பங்குக்கறி போட்டாலோ, கொடை கழித்து கிடா தறித்தாலோ, அல்லது தீபாவளி, ஆடி அறுதி போன்ற நாட்களிலோதான்.

அதுபோன்ற தினங்களில் மாங்கோணம் பூராவும் இறைச்சிக் கறி மணத்தால் சூழப்பட்டிருக்கும். இது ஆண்டுக்கு ஆறேழு முறைக்கு மேல் ஏற்படுவதில்லை. முட்டை மாதம் ஓரிரு முறைதான். மிகப்பெரிய கூட்டுக் குடும்பம் ஆகையால் 'கம்பனி கட்டாது' என்று கருதி அடிக்கடி முட்டைக்கறி வைப்பதில்லை. பணமும் செல்வாக்கும் உடைய வேளாளர் வீடுகளில் கோழி வளர்ப்பது குறைச்சலாகக் கருதப்பட்டதால் கோழிக்கறியும் முட்டைக்கறியும் அருமையாகவே இருந்தது.

ஆனால் மீன் அப்படியல்ல. பன்னிரண்டாவது மைலில் தெற்கே கன்னியாகுமரிக் கடற்கரை. தென் மேற்கே குளச்சல் கடற்கரை. மண்டைக்காட்டு கடற்புறம். எனவே துள்ளத் துடிக்க குதிப்பும், பன்னாவும், சாளையும், துப்புவாளையும், அயிலையும், முரலும் வரும். பெரிய மீன்களில் துண்டங்களாகப் பாரையும், பிள்ளைச் சிறாவும் கட்டாவும் திரைச்சியும் வரும். மீன்படாத காலங்களில் கூட கருவாட்டுக்கும் உப்புத் துண்டங்களுக்கும் பஞ்சம் இல்லை. ஒன்றுமற்றுப் போனாலும் நெத்திலிக் கருவாடும், ஓலைவாளைக் கருவாடும் கிடைக்கும்.

எனவே அசைவம் என்பதன் முழுப்பொருள் மீன்கறி என்பதுதான் நடைமுறை.

கொஞ்சநாள் வைரவன் சாமி கொண்டாடியான மாலையப்ப பிள்ளைக்கு வேண்டி வீடு முழுவதும் வெள்ளி செவ்வாய்களில் விரதம் காத்தது. மாலையப்பபிள்ளையின் தம்பி தலையெடுத்த பிறகு இது கொஞ்சம் கொஞ்சமாகத் தளர்ந்தது. நாளைக்கு ஒரு பொழுதாவது கண்டிப்பாக வேண்டும். இல்லாவிட்டால் வயிற்று வலி, வாய்வு வந்துவிடும். கிடைத்தால் நீராகாரம் பருகும்போது கூட ஓர் துண்டு வாயில் போட்டுக் கொள்வார். அவ்வளவு பிரியம். தொடக்க காலங்களில் வெள்ளி - செவ்வாய்களில் தம்பியின் முனகல் இருந்தது. எனவே ஓர் ரகசியமான சமரசமாக, முன்தினம் வைத்த மீன்கறியைச் சூடு பண்ணி தட்டத்தில் வைப்பது என்பது அடக்கத்தில் நடந்தது. அதுவே அடுக்களையிலிருந்து மங்களாவுக்கு வந்த பிறகு - மாலையப்பபிள்ளைக்கு மட்டும் விரத நாட்களில் தனிச்சமையல் என்ற நிலைக்கு ஒதுங்கியது.

மாத்திரமல்லாமல் வீடு முழுவதும் விரதம் சமைப்ப தென்றால் - பருப்பு சாம்பார் அல்லது புளிக்கறி, ரசம், மோர், தொடுகறியாய் ஒரு அவியல், துவட்டல் அல்லது பொரியல் என்று நீளும். காலையிலும் மாலையிலும் பலகாரம் என்றால் குறுணி அரிசி தோசைக்குப் போட்டு அரைக்க வேண்டும். மீன் என்றால் ஒரே குழம்பு போதும். எனவே பொருளாதார ரீதியாகவும் நடைமுறையில் இருக்கும் ஏற்பாடுதான் அவர்களுக்கு வசதியாய் இருந்தது. எல்லாமாகக் கூடி மாலையப்பபிள்ளையும் அவருக்காக அவர் பெண்டாட்டியும் விரதம் காத்தார்கள்.

மைலாடியிலிருந்து வந்த மாலையப்பபிள்ளை, வேட்டி சட்டையை மாற்றி, இடுப்பில் ஈரிழைத் துவர்த்து ஒன்றை உடுத்துக் கொண்டு குளிக்கப் போனார். வழக்கமாக, பகல் வேளையானால் ஊருக்கு மேற்கே இருக்கும் படித்துறையில்தான் எல்லோரும் குளிப்பது. இந்த நேரத்தில் நடக்க மாச்சப்பட்டு, பெண்கள் குளிக்கும் ஆலமூட்டுப் படித்துறையிலேயே இரண்டு முங்கு போட்டார். கால்களை மடித்து, முட்டை ஊன்றி நின்று, அரையில் இருந்த துவர்த்தை அவிழ்த்து முறுக்கிப் பிழிந்து தலை துவட்டினார். துவர்த்தை உதறினார்.

மாங்கோணத்து வாசிகளுக்கு உரிய ஆசோடு, தண்ணீரில் இருந்து எழுந்து - எடுத்தது கண்டார் இற்றது கேட்டார் என்ற வேகத்தோடு - இடுப்பில் கட்டினார். இடது கையால் தலைமுடியை அளைந்து உதறி ஆற்றிக் கொண்டே படியேறி, ரோட்டைத் தாண்டி, தெருவை நோக்கி நடந்தார்.

மாங்கோணத்துக்காரர்களுக்கு மாலையப்பபிள்ளை மீது ஒரு மரியாதை. வைரவன் சாமி கொண்டாடி என்பது ஓர் காரணம், சாமியின் கோபமும் வேகமும் துடியும் இயல்பிலேயே அவரிடம் இருந்தது வேறொரு காரணம். ஒழுக்கமும், சீலமும், எவரிடமும் மனதில் பட்டதைச் சொல்லும் திராணியும் மற்றொரு காரணம். யாரிடமும் சாதாரணமாய் வார்த்தையோடும் ஆடவரும் பெண்டிரும் மாலையப்பபிள்ளையிடம் மட்டோடுதான் பேசுவார்கள். அநாவசியமாய் வம்பளப்பது அவரிடம் வழக்க மில்லை என்பதால் அவசியம் நேர்ந்தாலொழிய யாரும் பேசுவதில்லை.

ஐம்பதுக்கு மேல் வயது ஆகிவிட்டது. விளைந்த கல்மூங்கில் போல் உடம்பு கணுக்கணுவாய் இருந்தது. தொந்தி சரியும்

அளவுக்கு நிலபுலன்கள் உள்ள பண்ணையார் இல்லை. ஆதலால் தேங்காய் நெற்றுப்போல், வரிப்பழுத்து இருந்தார். குணத்துக்குத் தகுந்தாற் போல் நடையிலும் ஓர் வெடுக்கு உண்டு.

குளித்துவிட்டு மேலத்தெரு வழியாக வந்தவர், முத்தாரம்மன் கோயில் முகப்பில் நின்று கை உயர்த்தித் தொழுதார். வைரவன் சாமி பீடம் இருக்கும் இடத்தை நோக்கி ஒரு கும்பிடு போட்டார்.

வீட்டுக்கு வந்ததும் மாடக்குழியிலிருந்த குடுவையில் திருநீற்றுக்காகக் கைவிட்டார். குடுவை காலியாக இருந்தது.

"சாலாச்சி... ஏ சாலாச்சி... நேத்தே உங்கிட்ட இதிலே கொஞ்சம் திருநீறு எடுத்துப் போடச் சொன்னம்லா?"

"இன்னா வந்திட்டேன்... மறந்து போச்சு..."

"பின்னே நாள் முழுவதும் செரைக்க வேலையா? மறந்து போச்சாம்... தீவனம் திங்க மறக்கா?"

அரங்குக்குள் ஓடி, மண்பானையில் அடுக்கி வைத்திருந்த திருநீற்று முட்டங்களில் இரண்டை எடுத்து அவர் கையில் கொடுத்தாள்.

விசாலாட்சி அம்மாளை முறைத்துப் பார்த்துவிட்டு, திருநீற்று முட்டத்தைப் பொடித்து, கை நிறைய அள்ளி, நெற்றி நிரம்பப் பூசினார். இரண்டு தோள்பட்டையிலும் நெஞ்சிலும் இழுத்தார். மங்களாவில் கிடந்த பெஞ்சில் போய் உட்கார்ந்தார்.

மங்களா முழுவதும் இரண்டு சமுக்காளங்கள் விரித்து பிள்ளைகள் உறங்கிக் கொண்டிருந்தனர்.

மாலையப்பப் பிள்ளைக்கு ஐந்து பிள்ளைகள். மூத்தது இரண்டும் பெண்கள். கடைசி மூணும் பையன்கள். மூத்த மகளை மைலாடியில் கட்டிக் கொடுத்திருந்தார். இரண்டாவது பெண் சமைந்து ஐந்து ஆண்டுகள் ஆகின்றன. மாப்பிள்ளை தேட ஆரம்பித்திருந்தார்.

அவர் தம்பிக்கு ஆறு பிள்ளைகள். முதல் மூன்றும் பையன்கள். கடைக்குட்டி பெட்டைப்பிள்ளைகள். அவர் பிள்ளைகளையும் தம்பி பிள்ளைகளையும் நெருக்கமானவர்கள்தான் பிரித்து அறிவார். தம்பியின் பெரிய பையன் ராமசாமியைத் தவிர மற்ற எல்லாரும் மங்களாவில் படுத்துத் தூங்கிக் கொண்டிருந்தனர்.

ராமசாமி நாகர்கோயிலில் பி.யூ.சி. படித்துக் கொண்டிருந்தான். பரீட்சைக்கு இரண்டு மாதமே இருக்கையில் இவன் எங்கே ஊர் சுற்றுகிறான் என்று எண்ணும்போதே அவருக்குக் கோபமும் வந்தது. மைலாடியிலிருந்து திரும்பிய போதே அவன் வீட்டில் இல்லை என்பதும் நினைவுக்கு வந்தது. தம்பி இதை எல்லாம் கண்டுகொள்வதில்லை. வீட்டிலேயே அவரிடம் மட்டும்தான் பிள்ளைகளுக்கு பயம்.

"ராமசாமி பயலை எங்கே?" என்று ஓர் உறுமல் போட்டார்.

"வடக்குத்தெரு கெணவதி அண்ணன் மகன்கிட்டே நோட்டு வேங்கப் போனான்..." தம்பி மனைவியின் குரல் தயங்கி வந்தது.

"வடக்குத் தெருவுக்கு போயிட்டு வர ஒரு மணிக்கூறா?"

அடுக்களையில் சூடான கல் மீது தோசை மாவு விழுந்ததும் ஏற்படும் 'சுர்ர்...' என்ற ஓசை. தொடர்ந்து நல்லெண்ணெயில் தோசை முறுகும் வாசனை. வாழை இலைத்துண்டு ஒன்றை அவர் முன்னால் பெஞ்சு மீது பரத்தி, தம்ளர் நிறைய வென்னீரும் வைத்துவிட்டுச் சென்றாள் பெண்டாட்டி. இலையில் தண்ணீர் தெளித்துக் கழுவித் துடைத்துவிட்டு, ஒரு மடக்குத் தண்ணீரும் குடித்து விட்டு தம்ளரைக் கீழே வைக்கும் போது முதல் தோசை இலையில் விழுந்தது.

மிளகாய்ப் பொடியைக் குவித்து எண்ணெய் முழுக்காட்டி தோசையை முக்கி முக்கித் தின்று கொண்டிருக்கையில் ராமசாமி வந்தான். பெரியப்பா உட்கார்ந்து கொண்டிருப்பதைக் கடைக் கண்ணால் கவனித்து, ஏதாவது கேட்பார் என்று தயங்கி, மங்களாவின் இடதுபுறம் இருந்த சாய்ப்பினுள் நுழைந்து புத்தகத்தைப் பிரித்தான்.

தோசை தின்று முடித்து காப்பி குடிக்கையில் தம்பி வந்தார். தோளில் கிடந்த துவர்த்தை எடுத்து தரையில் ஓர் அடி அடித்து விட்டு சுவரோரம் அமர்ந்தார்.

"நீங்க ஒரு தோசை திங்கேளா?"

"வேண்டாம் மயினி... ஒரு தம்ளர் தண்ணி மட்டும் தாருங்கோ..."

கைகழுவி, வாய் துடைத்துக் கொண்டே வந்த மாலையப்ப பிள்ளையிடம் கேட்டார்.

“மைலாடியிலே பய சும்மா இருக்கானா?”

“சும்மா இருக்கான். மருமகனுக்குத்தான் கால்லே முள்ளு என்னவோ குத்தி வீங்கிப் போயிருக்கு...”

“சவத்தை அந்தால ஒரு ஊசியைத்தாலா போடச் சொல்லணும்... என்ன எளவாம் வெச முள்ளாட்டு இருக்கும்... நம்ம சாமிதாசுகிட்டே நாலுவண்டி உரம் கெடக்கு... மதிச்சு வாங்கீரவா?”

“சாமிதாசுகிட்டயா? ஒரே வேப்பஞ் சருகால்லா இருக்கும்... என்ன கேக்கான்?”

“எம்பதுரூவா கேக்கான்... அறுவது அறுவத்தஞ்சுண்ணா அடைபடுவான் போலிருக்கு...”

“ம்...”

“வாங்கிப் போட்டா குண்டிலேருந்து நேரா கீளப்பத்துக்கு செமந்திரலாம்...”

“வள்ளிசா நாலு வண்டி இருக்குமா?”

“இருக்கும்... தங்கப்பன் அம்பத்தெட்டுக்கு கேட்டதுக்கு அவன் குடுக்கல்லே...”

“சரி... பின்னே வாங்கீரு...”

சற்று நேரம் பேசிக் கொண்டிருந்துவிட்டு மாலையப்ப பிள்ளை படுக்கும்போது மணி பதினொன்று. சன்னலுக்கு நேராக இரண்டு பெஞ்சுகளை நெருக்கிப் போட்டு கால்களை நீட்டிப் படுத்தவர் சில நிமிடங்களில் உறங்கிப் போனார். பெரியப்பாவின் குறட்டைச் சத்தம் கேட்க ஆரம்பித்ததும் சாய்ப்பில் படித்துக் கொண்டிருந்த இராமசாமி விளக்கை அணைத்தான்.

ஆழ்ந்த உறக்கதில் ஆழ்ந்திருந்த மாலையப்பபிள்ளையின் காதருகே ‘கண கண கண’வென முரசு முழக்கம். கண்களைத் திறக்க முடியவில்லை. காட்சிகள் மனதுள்ளே தெளிவாகத் தெரிந்தன. பட்டப்பகல் போல் விளக்கு வெளிச்சம்.

‘கலீர் கலீர்’ எனச் சிலம்பொலி. சிவப்புச்சேலை உடுத்துக் கொண்டு ஒரு பெண். கையில் வளை கிலுங்கியது. காலில் கொலுசு. குறப்பெண் போல் கொண்டை போட்டிருந்தாள்.

முந்தானையுள் முலைக்காம்புகள் தெறித்தன. வாயில் வெற்றிலைச் சிவப்பு. கடையுதட்டில் நெளிந்த புன்னகை. புன்னகையினுள் உறைந்த வஞ்சகம். இடுப்பில் புத்தம் புதிய சாய நார்ப்பெட்டி. பெட்டி நிறைய மஞ்சள் நிறத்தில் புது நெல். வித்துப்போல் தெறிப்பு. பெட்டியினுள் கைவிட்டு ஒரு குத்து அள்ளினாள். இதழ்க்கடையில் புன்னகை விரிந்து வெண்பல் துலங்கியது.

"நில்லு... இங்கே எங்கே வந்தே? இது யார் எல்லைண்ணு நினைச்சுப் போட்டே?"

கையில் சூலாயுதத்தோடு அம்மன். முத்தாரம்மன். கன்னி பகவதி.

சாம்பிராணி ஊதுபத்திப் புகைகள்.

களப சந்தன வாசனை.

பிச்சிப்பூ புளகித்துச் சிலிர்த்தது.

அசுர வேகத்தில் ஒற்றை முரசு.

'சடசண்டஞ் சடசண்டஞ் சடசண்டஞ் சடசண்டஞ்...'

அம்மன் முகத்தில் மறம்.

வந்த பெண்ணைத் தடுத்து நிறுத்தும் அதிகாரத் தோரணை... பெண்ணின் முகத்தில் தயக்கம்.

"வந்தது வந்திட்டேன்... அஞ்சாறு மணி விதைச்சுட்டுப் போயிருகேன்..."

"ஊங்..."

அம்மனின் குரல்வளையிலிருந்து ஒரு ஊங்காரம்.

"போ" என்றொரு சத்தம்.

அம்மன் திரும்பியபோது இடையின் ஒட்டியாணம் 'பளீர் பளீர்' என வெட்டியது.

உறங்கிக் கொண்டிருந்த மாலையப்பபிள்ளையின் மனதில் குமிழிகள். தொண்டைக்குழியில் குரல் இடறியது. கண்கள் பசை போட்டு ஒட்டியதுபோல் இறுகிக் கிடந்தன. உடலெல்லாம் ஒரு துடிப்பு. கழுத்தின் அடியிலும் நெஞ்சிக் குழியிலும் வியர்வை வடிந்தது. திடீரென தொண்டை திறந்தது.

"ஓயேவ்வ்... ஓயேவ்வ்..."

மனிதக் குரலின் ஈரம் இல்லாத ஓங்காரப் பிளிறல். நெஞ்சக் குருதியை உறிஞ்சும் பேய்க்கூச்சல். கண்கள் திறந்தன. நாவற் செங்காய்போல் கண்கள் கனன்றன.

படுக்கையிலிருந்து எழுந்தார். திருநீற்றுக் குடுவையை இழுத்து எடுத்தார். 'ஓவ்வ்...' என்று மீண்டும் ஒரு சத்தம் எழுப்பிக் கொண்டு அம்மன் கோயிலை நோக்கிப் பாய்ந்தார்.

18

ஆழ்ந்த உறக்கத்தில் படிந்திருந்த வீடு மாலையப்பபிள்ளை போட்ட அவயத்தில் கலகலத்தது. இப்படியான நடுநிசி ஆராசனைகள் எப்போதாவது ஏற்படுவது வழக்கம் என்றாலும் ஒவ்வொரு முறையும் திடுக்கிடல்கள். நெஞ்சுகள் படபடத்தன. வீட்டிலிருந்து இறங்கி ஓடிய மாலையப்பபிள்ளை பின்னால் தம்பியும் ஓடினார். இதற்குள், வழி நெடுக வைரவன் சாமி கொண்டாடி போட்ட சத்தம் ஒன்றிரண்டு வீடுகளைத் திறக்கச் செய்தது. கோடைகால இரவாகையால் சாத்தாங்கோயில் முகப்பில் விடிவிளக்கின் கீழே அமர்ந்து சீட்டு போட்டுக் கொண்டிருந்த கூட்டம் சத்தம் கேட்டு சீட்டைக் கலைத்து விட்டு அம்மன் கோயிலுக்கு விரைந்தது.

அம்மன் கோயிலின் பக்கத்திலிருந்த வீடுகளிலிருந்து ஒன்றிரண்டு தலைகள் எட்டிப் பார்த்து வெளியே வந்தன. கோயிலின் முன்னால் நின்று ‘ஒவ், ஒவ்’ என்று நாலைந்து சத்தம் போட்டு மாலையப்பபிள்ளை திருநீற்றை அள்ளி வானை நோக்கி வீசினார். ‘பளிச்’சென்று வடக்குத் தெரு மூலையை நோக்கி ஓடினார்.

வழக்கமாக யாராவது சத்தமாக ஒரு தும்மல் போட்டாலே குரலெழுப்பிக் குரைக்கும் நாய்கள் எல்லாம் வாய்பூட்டிக் கிடந்தன. ஓடுகின்ற ‘வைரவன் சாமி’ பின்னால் ‘திடுதிடு’வென்று நாலைந்து வாலிபர்கள் ஓடினார்கள்.

வடக்குத் தெரு மூலை தாண்டி சாலையின் எல்லையில் சத்தம் போட்டு திருநீற்றை அள்ளி வானை நோக்கி எறிந்து, திரும்பி கீழத்தெரு மூலைக்கு ஓடினார். ஓடிய ஓட்டத்தில் தெரு குலுங்கியது. போட்ட அவயத்தில் வீடுகள் குலுங்கின. அநேகமாய் ஊர் முழுவதும் விழித்துவிட்டாலும் யாரும் எதிரே வர அஞ்சி வீடுகளுக்குள்ளேயே இருந்தனர். வைரவன் கொண்டாடி வீட்டைத்

தாண்டிப் போன பிறகு பெண்கள் உட்பட தெருவாசல்களில் வந்து நின்று கிசுகிசுக்கத் தொடங்கினர்.

முதிர்ந்த வாகை நெற்றுகள் கிலுங்குவதுபோல் ஊரெங்கும் கிலுகிலுப்பு. ஆங்காங்கே வீடுகளில் விளக்குகள் எரிந்தன. ஆர்வமும் அரவமும். தெரு மூலைகளில் - விடிவிளக்குக் கம்பங்களின் வெளிச்சத்தில் குழுமி பேசத் துவங்கினர். சிறுவர்களில் சிலர் கொடுங்கையைத் தோள்பட்டை மீது வைத்தவாறு நின்று பேச்சைக் கவனித்தனர்.

"லே எசக்கி... இங்கே என்ன வெண்டயமா முளைச்சிருக்கு? போயிப் படுலே..."

வயதான ஒருவர் விரட்ட, மனமின்றி இரண்டடி தள்ளி நின்றான் பதினான்கு வயது இசக்கி.

நேரம் ஒரு மணி இருக்கும். காற்றின் வெக்கை மாறி சீதளம் துளிர்த்திருந்தது. பகல் பூராவும் தீக் கங்காய்க் காந்திய காற்று இப்போது இதமாக வீசியது. சிலர் உடலைப் பொதிந்து சுட்டி போட்ட ஈரிழைத் துவர்த்தால் மூடிக்கொண்டனர்.

மேலத்தெரு மூலையில் கேட்ட இந்த அரவத்தின் காரணமாய், உறக்கம் கலைந்த கங்காதரம்பிள்ளை தெருவாசல் கதவைத் திறந்து கொண்டு வெளியே எட்டிப் பார்த்தார். வெற்றிலை போட்டு நெடு நேரமானதால் ஒரு தினுசாக அடைத்துப் போயிருந்த தொண்டையை சிறிது செருமினார். கல்லுரலை நகர்த்துவது போல் ஒரு உறுமலாக அது வெளிப்பட்டது. சாதாரணமாகவே கங்காதரம் பிள்ளைக்கு பெரிய தொண்டை. புதியதாக ஈயம் பூசிய தொண்டை. எனவேதான் காரணப் பெயராக 'கடுவாய்' என்ற விருது பெற்றிருந்தார்.

மேலத் தெருவின் வடக்கு மூலையில் கங்காதரம்பிள்ளையின் வீடு இருந்தது. விளக்குக் கம்பத்தின் அடியில் கூடியிருந்த கூட்டத்தின் காரணம் அவருக்குத் தெரியும். வைரவன் கொண்டாடி போட்ட சத்தம் அவர் காதையும் துளைத்துத்தான் இருந்தது என்றாலும் 'கெத்து' விட்டுவிடாமல் இருக்க குரலை உயர்த்திக் கேட்டார்.

"யாருலே அங்கே? என்ன சத்தம்?"

கூட்டத்திலிருந்து விலகி முன்னால் வந்த ஒருவர் சொன்னார்.

"அத்தான் கேக்கலியா? வைரவன் கொண்டாடிக்கு ஆராசனை வந்து ஒரே அவயம்லா..."

விளக்கடியிலிருந்து நகர்ந்த கூட்டம் கங்காதரம்பிள்ளை வீட்டு வாசலுக்கு வந்தது.

"சரி... கோயில்லே போயி என்னாண்ணு பாத்துக்கிட்டுவா..."

நாலு தெருக்களையும் சுற்றி, திசை பலி மூலைகளில் நின்று சத்தம் போட்டு அம்மன் கோயில் முகப்புக்கு வந்த வைரவன் கொண்டாடி, மூடிக் கிடந்த கதவின் முன் கைகளை விரித்து முறையிடுவது போல் நின்று, மேலும் இரண்டு சத்தம் கொடுத்தார். திருநீற்றை வாரித் தன் தலை மீது போட்டு நெற்றியில் பூசினார். முகப்புப் படிப்புரையில் அமர்ந்து தூணில் சாய்ந்து கண்களை மூடினார்.

மாலையப்பபிள்ளை கண்களைத் திறந்தபோது, கோயில் முகப்பிலும் எதிரே இருந்த வாகனப் புரையின் வாசற்படியிலும் பக்கத்தில் இருந்த பத்தயப்புரைத் திண்ணையிலும் சில பேர் குழுமி இருந்தனர்.

"மாணிக்கம்... ஒரு பீடி இருந்தாக் குடு..."

யாரோ கேட்ட குரல் துல்லியமாய்க் கேட்டது.

மறுநாள் புதன்கிழமை. ஊர் முறையாம்பிள்ளையாக வேலை பார்க்கும் மாணிக்கம் வீடுவீடாக ஏறி இறங்கினார். அன்று ஊர்க் கூட்டம் இருக்கும் விபரம் பரவலாக எங்கும் பேசப்பட்டாலும் அதிகாரபூர்வமாக முறையாம்பிள்ளை வந்து கூப்பிட்டால்தான் கூட்டத்துக்கு போவார்கள். மாசிமாதம் ஆகையால் அறுவடை எல்லாம் முடிந்துவிட்டிருந்தது. உளுந்து போடுவதற்காக ஆங்காங்கே சிலர் உழுதுகொண்டிருந்ததைத் தவிர வேறு வேலைகள் இல்லை. வித்து உணத்தி வீசி ஆறப்போட்டு குலுக்கைகளில், பத்தயங்களில் போட்டாயிற்று. வைக்கோல் காயப்போடுகிற வேலைகூட இல்லை. எனவே எல்லோரும் வீடுகளில்தான் இருந்தனர்.

தெற்கே வடக்கே என்று போயிருந்தவர்களும் நெய்த்துக்காரர்களும் கூட வந்து விடட்டும் என்றுதான் - இரவுச் சாப்பாடு கழிந்து எட்டு மணிக்கு மேல் ஊர்க்கூட்டம் ஏற்பாடாகி இருந்தது. முன்கூட்டியே தகவல் சொல்ல வேண்டி, மாணிக்கம் வீடுகள் தோறும் சென்று வந்தார்.

மாணிக்கத்துக்கு ஐம்பது வயது இருக்கும். வயிற்றில் கட்டி வந்து ஆப்பரேஷன் செய்தது இரண்டு ஆண்டுகளுக்கு முன்னால்.

எனவே அவரைக் கொண்டு கனத்த வேலைகள் ஒன்றும் செய்ய ஆகாது. சும்மா இருப்பதற்கு இதையாவது செய்யலாமே என்றுதான் முறையாம்பிள்ளை வேலை பார்த்து வந்தார்.

இதுபோன்ற சந்தர்ப்பங்களில் ஊரழைப்பது, கோயில் நிர்வாக எடுபிடி வேலைகள்... மாதம் ஏழு மரக்கால் நெல் சம்பளம். அந்த ஊரைச் சேர்ந்தவன் என்பதாலும் அவரும் ஓர் வரிகாரர் என்பதாலும் ‘முறையாம்பிள்ளை’ என்று யாரும் இளப்பமாய் எண்ணிவிட முடியாது.

மேலத் தெருவிலிருந்து புறப்பட்டு, வடக்குத் தெருவில் சொல்லி, கீழத்தெருவைத் தாண்டி, தெற்குத் தெருவில் அவர் நிற்கையில் மணி ஏழரை அடித்து விட்டது. தெற்குத் தெருவின் ஒரே இரட்டைத் தட்டு மட்டுப்பா வீடான விக்கிரமசிங்கம் பிள்ளையின் வீட்டுப் படிக்கட்டில் முட்டைப் பிடித்துக் கொண்டு ஏறினார் முறையாம்பிள்ளை.

படிப்புரையைத் தாண்டி, திண்ணையில் கால் வைத்ததும், வம்பளந்து கொண்டிருந்த நாலைந்து சிறுவர் சிறுமியர் பேச்சை நிறுத்திவிட்டு அவரைப் பார்த்தனர்.

விக்கிரமசிங்கம்பிள்ளையின் கடைக்குட்டி மகனைப் பார்த்து மாணிக்கம் கேட்டார்.

“அவாள் இல்லையா?”

“எவாள்?”

மாணிக்கத்துக்கு கோபம் வராது. வெண்டைக்காய், விளக்கெண்ணெய், சேப்பங்கிழங்கு, உளுந்து அரைத்த அம்மி என்ற வர்ணத்தைச் சார்ந்தவர். வெடுக்கென்று எவர் என்ன சொன்னாலும் முகத்தில் ஒரு சிரிப்பே நிற்கும். சத்தம் பெரியதே ஆனாலும் கோபத்தில் தோய்ந்து குரல் எழும்பியதில்லை. கொஞ்ச நாள் திருநெல்வேலி பேட்டையில் ‘காப்பி கிளப்’ வைத்து நடத்தி வாழி பாடியவர். யாரையும் ‘வாங்க போங்க’ எனறு மரியாதை யாகவே பேசிப் பழக்கம். அவரைக் கிண்டல் செய்ய விக்கிரமசிங்கம்பிள்ளையின் மகன் கேட்ட கேள்வியைப் பொருட்படுத்தாமல் மீண்டும் கேட்டார்.

“அவாள் விக்கிரமசிங்கம்பிள்ளை இல்லையா?”

திண்ணையை அடுத்த மங்களாவில் இருந்து ஒரு குரல் உரக்கக் கேட்டது.

"உள்ளே வாருமே வேய்... அங்கிண நிண்ணு சின்னப் பயக்கிட்டே அவாள் இவாள் இங்கேரே... இண்ணைக்குத்தான் புதுசா வாறேரா?"

"நீங்க இங்கதான் இருக்கேளா? தெற்கே போயிருப்பேளோண்ணு நினைச்சேன்...?"

"தெக்கே என்னத்துக்கு தெக்கே? செரைக்கதுக்கா... சரி இப்பம் என்னத்துக்கு வந்தேரு?"

"உங்களுக்குத் தெரியாதா? இண்ணைக்கு எட்டு மணிக்கு ஊருக்கூட்டம் வச்சிருக்கில்லா?"

"ஊருக்கூட்டத்துக்கு இப்பம் இருந்தாலே என்ன கொள்ளை? இசக்கியம்மைக்கு எருமை ஈணிச்சுண்ணாலும் இவுனுகளுக்கு ஊருக்கூட்டந்தான்..."

"நேத்தைக்கு நல்ல உறங்கீட்டேளோ? வைரவன் கொண்டாடிக்கு ஆராசனை வந்து ஒரே பெகளம்லா?"

"அவுருக்கு ஆராசனை வாறதுக்கு என்னா? ரெண்டு தோசை கூடத் திண்ணுருப்பாரு... சோலியத்துப் போயி திரியேளே..."

"நீங்க அப்பிடி சொல்லப்பிடாது..."

"சரி சரி... போய்ச் சேரும்... சாப்பிட்டுக்கிட்டு வாறேன்..."

விக்கிரமசிங்கம்பிள்ளை ஊர்க்கூட்டத்துக்குப் போனபோது மணி எட்டேகால். முத்தாரம்மன் கோயிலின் படிப்புரையில், முகப்பில் இளைஞர்கள் உட்கார்ந்து பேசிக் கொண்டிருந்தனர். கூட்டம் இன்னும் ஆரம்பிக்கவில்லை என்று தெரிந்தது. வேட்டியின் நுனியை இடது கையில் இலேசாகத் தூக்கிப் பிடித்துக் கொண்டு கோயிலினுள் நுழைந்தார். உள்ளே 'சளசள'வென ஒரே பேச்சொலி. குப்பம் குப்பமாக உட்கார்ந்து வீட்டுக் கதை, ஊர்க்கதை அளந்து கொண்டிருந்தனர். ஊர்க்காவல் பொறுப்பிலிருந்த சூரித்தேவர் வாழை இலைத் துண்டுகளில் வெற்றிலை, பாக்கு, புகையிலை வைத்து ஆங்காங்கே விளம்பிக் கொண்டிருந்தார். எழுந்து போய்த் துப்புவதற்கு மாய்ச்சல்பட்டு சிலர் வெற்றிலைக் குழம்பை விழுங்கத் துவங்கினர்.

வாசற்படியில் குனிந்து விக்கிரமசிங்கம்பிள்ளை உள்ளே நுழையவும் சிலர் பேச்சை நிறுத்திக் கொண்டு திரும்பிப் பார்த்தனர்.

மாமிசப் படைப்பு ♦ 114

“அன்னா விக்கிரமசிங்கம்பிள்ளை வந்திட்டாரே!”

“இங்கிண வா மருமகனே!”

குரல் வந்த திக்கில் - கூப்பிட்டவர் வேலாயுதப் பெருமாள். விக்கிரமசிங்கம்பிள்ளையை விட மூன்று நான்கு வயது பெரியவர். கடைக்குட்டி மாமன். அதிக வயது வித்தியாசம் இல்லாததால் கூட்டாளிகள் போலவே பேசிப் பழகிக் கொண்டனர். விளிப்பது ‘அம்மாச்சா’ என்றும் பதிலிறுப்பது ‘மருமகனே’ என்றும் இருந்தாலும் அத்தான் மைத்துனர்கள் போன்ற கேலிக்கும் குறைவில்லை.

சுற்றிப் பேசிக்கொண்டிருந்தவர்கள் விக்கிரமசிங்கம்பிள்ளை உட்கார இடம் கொடுத்தனர். தரை ஓடுபாவப்பட்ட தரை மீது விரித்திருந்த சமுக்காளத்தின் மீது அமர்ந்தார்.

உட்கார்ந்து சுற்று முற்றும் பார்த்தார். ஏகதேசம் எல்லோரும் வந்து விட்டார்கள். சுமார் நூற்று எண்பது வரிகள் கொண்ட கோயில் அது. கூடியிருந்தவர்கள் நூறு பேருக்கும் அதிகம் இருப்பார்கள். இருபது வரிகள் வெளியூரில் இருந்தன. அம்மன் கோயில், பத்தயப்புரை, வாகனப்புரை முகப்புகளில் வாலிபர்கள் இருந்தனர். இதையெல்லாம் கவனித்துக் கொண்டு விக்கிரமசிங்கம் பிள்ளை கேட்டார்.

“அநேகமா எல்லாரும் வந்தாச்சு போலிருக்கே?”

“ஆமா முதலடியைக் கூப்பிட ஆள் போயிருக்கு...”

சற்றுத் தள்ளியிருந்த பூதலிங்கம் சொன்னான்.

“தேவ்டியா சிங்காரிச்சாப்பிலே தாலா... சவத்தை ஒரு துவர்த்தை எடுத்துக் போட்டுக்கிட்டு வரவா செய்யலாம்...? கூப்பிட ஆள் போகணும். எல்லாம் இவுனுக வைக்க வரிசை...”

“நீ பின்னே என்னதான் பூலிங்கம் சொல்லுகே? ஊரு முதலடி... பெரிய பண்ணையாரு... பொறப்பிட்டு வராண்டாமா?”

பக்கத்தில் இருந்த கந்தையா சொன்னான்.

பேச்சு காதில் விழுந்தாலும் விக்கிரமசிங்கம்பிள்ளையும் வேலாயுதப் பெருமாளும் காட்டிக் கொள்ளவில்லை. கோயில் வாசலில் சலசலப்புக் கேட்டது.

வாயில் வெற்றிலைக் கொலு. தோளில் நீண்டு கிடந்த புளியிலைக்கரை நேரியல். தந்த நாய் பொருந்திய பூண் கொண்ட கைத்தடி கையில். ஊர் முதலடி கடுவாய் கங்காதரம்பிள்ளை நுழைந்தார்.

19

மாங்கோணத்தின் பெரிய தெருவான அம்மன் கோயில் தெரு கிழக்கே ஓடி சாலையை சந்திக்கும். சந்திக்கும் இடத்தில், சாலையிலிருந்து ஆற்றுக்கு இறங்க சாய்வான ஓர் படிக்கட்டு. மாடு குளிப்பாட்டத் தோதாக கல்வாரி பாவிய படித்துறை. படித்துறையின் வலதுகைப் பக்கம் பெரியதொரு ஆலமரமும் வேப்பமரமும். ஆல, வேப்ப மரப்பிணையலைச் சுற்றி வட்டமான கற்கட்டுச் சுவர். அதன் உள்ளே நிறைய வெள்ளை மணல் பரத்தப்பட்டிருக்கும். ஆலமரத்துக்கு எதிரே மீனாட்சியாபிள்ளையின் 'முத்து விலாஸ்' காப்பி, டீ கிளப்.

மாங்கோணம், சுற்றுலாப் பயணிகள் வந்துபோகும் முக்கியப்பட்ட இடமல்ல. வெளியூர் ஆட்கள் தாராளமாய் புழங்கும் வியாபாரத் தலமுமல்ல. எனவே காப்பி கிளப் அந்த ஊரின் மக்கள் உபயோகத்துக்கு மட்டுமே.

'பேர் பெத்த பேரானாலும் மாடுவண்டி சாடு சப்பண்டி'. காப்பி, டீ கிளப் என்று மரியாதையான பெயர் இருந்தாலும், பெரும்பாலும் தேயிலை காலை 5.30 முதல் 7 மணி வரையிலும் பிற்பகல் 1.30 முதல் 2.30 வரைக்கும்தான். மத்தியானம் சாப்பிட்ட கையின் ஈரம் காயுமுன் அவ்வூர் ஆண்கள் டீ குடிக்க ஓடுவது வழக்கம். டீ குடித்து வெளியே வருகையில் சீமைச் சாராயம் குடித்த தொண்டைச் செருமலோடு வருவார்கள். அதிகாலையில் எட்டு மணி வரை இட்லியும், சுடுசெங்கல் நிறத்தில் ஒரு விதமான கிச்சடியும், முன்தினம் சுட்ட ஆமைவடை மீந்து போனால் ரசவடையும் கிடைக்கும். 'இன்று காலை எனக்கு ரசவடை கிடைத்தது' என்று அதை ஓர் ஐராவதம் கிடைத்த மகிழ்ச்சியோடு சொல்கிறவரும் உண்டு. இது தவிர அறுப்படிப்புக் காலங்களில் தேங்குழல், ஓமப்பொடி போன்ற ஸ்பெஷல் ஐட்டங்கள் உண்டு.

மீதி நாட்களிலும் நேரங்களிலும் சுக்குக் காப்பியும் ஆமைவடையும்தான் விதிக்கப்பட்டது. காலை பத்தரை மணிக்கு சூடாக இருக்கும் வடை. நேரம் செல்லச் செல்ல எண்ணெயில் சுட்டதா, தண்ணீரில் அவித்ததா என்று சந்தேகம் தரும். வேலூர் கோட்டை சிறைச்சாலையின் அடுப்பிலிருந்து இறக்காத வார்ப்புகளைப் போல, ஓர் அடுப்பின் மீது நிரந்தரமாய் செம்புப் பானை ஒன்று 'முத்து விலாஸில்' இருக்கும்.

காலையில், சூடான தண்ணீரில் சுக்கு, சீரகம், மிளகு தட்டிப் போட்டு கருப்புக்கட்டியும் போட்டுவிட்டால், விறகுத் தணலின் காந்தலில் காய்ந்து கொண்டே இருக்கும். நீர் மட்டம் குறையக் குறைய தண்ணீர் விட்டு கருப்புக்கட்டியும் போடுவது நடைமுறை.

காலையில் மாங்கோணத்துக்காரர்கள் இட்டிலியோ, ஆமைவடையோ தின்று எறியும் இலைகளில் எதுவும் மீதமிருப்ப தில்லை என்று பட்டறிவில் உணர்ந்ததால், வெளியே விழும் எச்சிலைக்காக கிழட்டுச் சொறிநாய்கூட காத்திருப்பதில்லை.

முத்துவிலாஸின் ஏக உரிமையாளர் மீனாட்சியாபிள்ளை கலப்பில்லாத, சுத்தமான, அசைவம் தொட்டுக்கூடப் பார்க்காத, நல்லெண்ணெய் குறையாமல் வாங்குகிற, ஒரிஜினல் திருநெல்வேலி சைவப் பிள்ளைமார் என்பதால் மாங்கோணத்து மேல்சாதி மக்களுக்கு பித்தளை தம்ளர் - வட்டைகளிலும் மற்ற கீழ்ச்சாதிக்காரர்களுக்கு கண்ணாடித் தம்ளரிலும்தான் சுக்குக் காப்பியோ, டீயோ வழங்குவது.

ஆறுமாதக் கணக்குக்கு கடன்தரத் தயாராய் இருப்பதாலும், மாங்கோணத்தில் வேறு காப்பிக்கடைகள் இல்லாததாலும் இந்தப் பிரிவினையையோ வசதிக் குறைவுகளையோ யாரும் பொருட்படுத்துவது கிடையாது. மீனாட்சியாபிள்ளைக்கும் பொழுது போகவேண்டும் என்பதால், எந்தச் சாதிக்காரனானாலும் இரண்டு பேர் உட்கார்ந்து அவருடன் பழங்கதை பேசிக் கொண்டிருப்பார்கள்.

முத்து விலாஸின் எதிர்ப்புறம் 'தீவட்டி' ரங்கையாவின் பலசரக்குக் கடை ரங்கையாவோ அவன் பரம்பரையோ தீவட்டிக் கொள்ளைக்குப் போனவர்கள் அல்ல. எவர் குடிசையையோ வைக்கோற் படப்பையோ தீவைத்துக் கொளுத்தியவர்கள் அல்ல. என்றாலும், ரங்கையாவின் கடையில் சாமான்கள் விற்கும் விலை காரணமாய் அந்தப் பெயர் வழங்கலாயிற்று. இது ரங்கையாவுக்கும் தெரியும். ஆனாலும் தெரிந்ததாய்க் காட்டிக் கொள்வதில்லை.

ரங்கையாவின் பூர்வீகம் கோவில்பட்டி. எந்தக் காற்று, எந்த வெள்ளம் அல்லது எந்தப் பஞ்சம் இங்கே கொண்டு வந்து ரங்கையாவின் தகப்பனாரை ஒதுக்கியது என்று தெரியவில்லை. ரங்கையா நாயக்கரா, ரெட்டியாரா அல்லது நாயுடுவா என்பதில் பலருக்கும் சந்தேகம் உண்டு. ஒவ்வோர் சமயம் ஒவ்வோர் ஜாதி சாமான்களின் விலை சம்மந்தமாக சந்தேகம் வரும்போது ரங்கையாவின் மனைவி, ரங்கையாவிடம் பேசும் மொழி தெலுங்கா துளுவா என்று கண்டுபிடித்துச் சொல்வதற்கும் மாங்கோணத்தில் ஆட்களில்லை.

சாமான்கள் விலை அநியாயம் என்பது தவிர, ரங்கையா நல்ல மனிதர். மாங்கோணத்தின் பிற மனிதர்களின் நல்லது கெட்டுதுகளில் தானும் பங்குகொள்பவர். கடையோடு சேர்ந்த வீடு அவருக்கு. ரங்கையா குளிக்கவோ, சந்தைக்கோ, வெளியூருக்கோ போயிருக்கும்போது அவர் மனைவி கடையில் இருப்பாள். பார்ப்பதற்கு வெளுப்பாக, இலட்சணமாக இருப்பாள். பொதுவாகவே அந்த நாட்டில் வெள்ளைத் தோலுக்கு ஒரு மவுசு உண்டு. எனவே ரங்கையா மனைவியிடம் சாமான் வாங்குவதிலும் பேசுவதிலும் மாங்கோணத்து வயோதிகர்களுக்கு ஒரு போதை இருந்தது. இதனாலேயே அணாவுக்கு இரண்டு என்று ரங்கையா விற்கும் பேயன் பழம், ரங்கையாவின் மனைவி கடையில் இருந்தால் இரண்டணாவுக்கு மூன்று என்று விற்பனையாகும்.

காணம், பருப்பு, கடலைகள், பேயன் பழக்குலை, பாளையங்கோட்டன் குலை, கருப்புக் கட்டி, மண்ணெண்ணெய், பல வெஞ்சணங்கள், சாம்பிராணி, சூடம், பீடி சிகரெட்டுகள், வெற்றிலை பாக்கு, நயம் பட்டர் பொடி, ஊறுகாய்த் தடை, தடைப் புகையிலை, வடக்கன் புகையிலை, எள் - கடலை மிட்டாய்கள், மெழுகுத்திரி, நாற்பது பக்க நோட்டு, நீலபார் சோப்பு, அஜீர்ணத்துக்கு 'டாம் டாம்' டானிக், கலர் சோடா என்ற வகையில் அவர் கடையை சாமான்கள் அலங்கோலமாய் ஆக்கிரமித்துக் கொண்டிருக்கும்.

மீனாட்சியாபிள்ளை நேரத்தே கடையை அடைத்துவிட்டுப் போய்விட்டார். ஊர்க்கூட்டம் நடந்து முடியும்வரை ஏதேனும் சில்லறை வியாபாரம் ஆகும் என்று கடையைத் திறந்து வைத்துக் கொண்டிருந்தார் ரங்கையா.

ஊர்க்கூட்டம் நடக்க இருந்த வித்தியாசமான அந்த தினத்தில் ஊருக்குத் தெற்குப் பக்கம் சாலையோரம், எருக்கலை

மூடுகளுக்கிடையில் உட்கார்ந்து, பின்னர் ஆற்றில் இறங்கி கால் கழுவி விட்டு, மீண்டும் சாலையில் ஏறி, 'படார், படார்' என்று இரண்டு முறை துவர்த்தை உதறி உடம்பைப் பொதிந்து மூடிய லாயர் செல்லம்பிள்ளை சப்பாற்று இறக்கத்தில் இறங்கினார்.

இறங்கி, ரங்கையா கடையில் வந்து அரை டஜன் மான்மார்க் சுருட்டுகள் வாங்கி, ஐந்தைக் காகிதத்தில் பொதிந்து வேட்டி முந்தியில் கட்டினார். ஒன்றை மட்டும் தனியே எடுத்து நெருப்பு மூட்டும் பக்கத்தை துப்பினியால் நனைத்தார். சிகரெட் கூட்டை வெட்டிப் போட்டிருந்த துண்டுகளில் ஒன்றை எடுத்து மண்ணெண்ணெய் விளக்கில் கொளுத்தி சுருட்டருகில் காட்டினார். 'பக், பக்'கென்று காற்றை இழுத்தார். சுருட்டின் நுனி கனிந்தது. நீலப்புகை மேலெழுந்து நான்கு மைல் சுற்றளவில் நாறத் துவங்கியது.

செல்லம்பிள்ளைக்கு அறுபத்தைந்து வயது ஆகியிருந்தது. பழைய வார்ப்பு உடம்பு. இருமும்போது மட்டும் 'கண், கண்' என்று சப்தமெழுப்புவதைத் தவிர்த்து, திடமாகவே இருந்தார். நாலைந்து மக்கள். இரண்டு மகள்களையும் திருமணம் செய்து கொடுத்தாயிற்று. மூன்று மகன்கள் வேலையாகி, மணமாகி வெளியூர்களில் இருந்தனர். அவரும் அவர் மனைவியும் மாங்கோணத்தில். வயல், தோப்பு, மாடு, கன்று ஆகியவற்றை மேற்பார்வை செய்து கொண்டிருந்தனர். கரைச்சல் இல்லாத வாழ்க்கை. எனவே ஊர்க்காரியங்களில் செல்லம்பிள்ளை ஈடுபாட்டில் இருந்தார்.

இயல்பிலேயே செல்லம்பிள்ளையின் ரத்தத்தில் கொஞ்சம் கிருத்திருமம் கலந்திருந்தது. வாயடி அடிப்பதில் மன்னன். எப்பேர்ப்பட்ட சட்டம்பியையும் நாலு பேர் முன்னிலையில் மடக்கிவிடுவார். ஆனால் அவர் நடவடிக்கைகளில் நியாய உணர்வு உண்டு. எனவே யாரும் அவரை எதுவும் செய்ய முடிவதில்லை. எது எடுத்தாலும் வாதப்பிரதிவாதங்களையும், தர்ம அதர்மங் களையும் அலசுவதால் பட்டம் பெறாமலேயே அவர் லாயர் செல்லம்பிள்ளை என்று அழைக்கப்பட்டார். கௌரவ டாக்டர் பட்டம்போல் அது கௌரவ லாயர் பட்டம்.

சுருட்டுப் புகையை இழுத்து விட்டுக் கொண்டு, அம்மன் கோயில் முகப்பில் ஏறி, கல்தூணில் சுருட்டை அழுத்தி அணைத்து துண்டைக் காதில் வைத்துக் கொண்டார். ஒரு சுருட்டை இரண்டு முறையாகப் பிடிப்பதே அவருக்கு வழக்கம்.

ஊர்க்கூட்டம் தொடங்கும் தறுவாயில் இருந்தது. கங்காதரம் பிள்ளை, தெற்குச் சுவரோரம், வடக்குப் பார்த்து நாயகமாய் அமர்ந்திருந்தார். கால்மேல் கால் போட்டு உட்கார்ந்திருந்தவரின் இடது பக்கம் ஊர்வகைக் கணக்கு எழுதும் சித்தானந்தம் பிள்ளை. கங்காதரம்பிள்ளை தொண்டையைச் செருமும்போது, செல்லம்பிள்ளை வாசலில் நுழைவதைக் கண்டார்.

"அத்தான் வாரும்... ஆளைக் காணல்லியேண்ணு நெனைச்சேன். என்னப்பா பிள்ளையோ? கூட்டத்தை ஆரம்பிச்சிரலாமா? இன்னும் யாராம் வரணுமா?"

கூட்டத்தில் இலேசாய்ச் சலசலப்பு எழுந்தது. வாசலில் நின்றிருந்த இளைஞர்கள் பேச்சை நிறுத்திவிட்டு நடவடிகளைக் கவனிக்கலாயினர்.

ஊர் முதலடியான கங்காதரம்பிள்ளையின் வலதுகைப் பக்கம் அமர்ந்திருந்த பெரியவர்கள் சிலர், "தொடங்கீரலாமே... மணி எட்டரை ஆச்சே..." என்றனர்.

கங்காதரம்பிள்ளை தன்னுடைய 'மலைச்சொற்பொழிவை'த் துவங்கினார்.

"இப்பம் என்னத்துக்கு ஊருக்கூட்டம் வச்சிருக்குண்ணு அநேகமா எல்லாருக்கும் தெரியும். இருந்தாலும் ஒருக்கக்கூடி தெரியாதவாளுக்கு சொல்லிப் போடுகேன்... நேத்தைக்கு ராத்திரி நம்ம வைரவன் கொண்டாடி சொப்பனம் கண்டிருக்காரு... ஒரு பொம்பளை பொட்டி நிறைய நெல்லு வச்சுக்கிட்டு ஊருக்குள்ளே இறங்க வந்தது போலேயும், அம்மன் போய்ச் செறுத்தது போலேயும்... மாசிமாசமட்டும் இருக்கு... அது மட்டு மில்லாமல் பக்கத்திலே எல்லாம் வைசூரி நடமாடுகு... வெக்கையும் அதியமாட்டுத்தான் இருக்கு... நல்ல காலமா நம்ம ஊரிலே இதுவரைக்கும் ஒண்ணும் இல்லே... இப்பிடி இருக்கச்சிலே, வைரவன் சாமி கொண்டாடிக்கு ஒரு சொப்பனமும் காட்டியிருக்கதினாலே கொடை களிக்கலாமாண்ணு ஆலோசனை போடுகதுக்குத்தான் இந்தக் கூட்டம். அம்மனுக்குக் கொடை நடந்து வருசம் மூணு நாலு ஆகுண்ணு உங்களுக்கு நான் சொல்லாண்டாம். மேல்க்கொண்டு யாராருக்கு என்னென்ன தோணுகோ அதை ஒத்தொத்தரா சொல்லுங்கோ... என்னா பாட்டா சரிதானா?"

பக்கத்தில் இருந்த சகாதேவன்பிள்ளை பாட்டா சரிதான் என்று தலையசைத்தார்.

சற்று நேரம் கூட்டத்தில் மௌனம். யார் பேசத் துவங்குவது என்ற தயக்கம். பிறகு ஒருவகை அரவம் பரவியது.

"மாலையப்பபிள்ளை வந்திருக்காரா?" - யாரோ கேட்டார்கள்.

"இல்லே... சொப்பனங் கண்டது அவரானதினாலே அறைச்சுப்போயி அவுரு கூட்டத்துக்கு வரல்லே. ஆனா விடியாம எங்கிட்டே வந்து எல்லாத்தையும் சொன்னாரு. அவரைப் பொறுத்த மட்டும் ஊரு என்ன சொல்லுகோ அதுக்கு கட்டுப்படுவாரு... இதிலே அவருக்கு சொந்தமாட்டு விருப்பு வெறுப்பு இல்லே..."

யாருக்கு எதுவும் பேசக் காணோம். ஆனால் பலருக்கும் பேசுவதற்குச் சில இருந்தன. லாயர் செல்லம்பிள்ளை எழுந்தார்.

"அம்மனுக்கு கொடை நடத்தி மூணு வருசம் ஆச்சுங்கது வாஸ்தவம்தான். ஆனா போன கொடைக்கு வாங்கின கடன் இப்பந்தான் தீந்திருக்கு... இப்படி கொடை களிச்சு, கடந்தீத்து, மறுபடி கொடை களிச்சு, கடந்தீத்து... இது என்ன செத்த ஏற்பாடுடே? ரெண்டு வருசம் செண்ணு கழிச்சாப் போரும்... வைரவங் கொண்டாடி சொப்பனம் கண்டாருண்ணா அவுரு அம்மனுக்குப் பாயசம் வைக்கட்டும். இப்பிடி ஒவ்வொரு சாமி கொண்டாடியும் சொப்பனங் கண்டதுக்கு கொடை களிக்க ஆரம்பிச்சா, வருசம் ஆறுகொடை களிக்க வேண்டியதுதான். பொறவு அம்மனுக்க வயலை அரையரைக் கோட்டையா விக்க வேண்டியதுதான்..."

கூட்டத்தில் ஆமோதித்ததும் எதிர்த்தும் பேச்சு எழுந்தது. கங்காதரம்பிள்ளை சொன்னார் -

"செல்லம்பிள்ளை அத்தான் சொல்லுகது சரிதான்... ஆனா அதிலே ஒரு விசயம். இது அம்மன் காரியம். வைரவஞ் சாமி எவ்வளவு துடியுள்ள சாமிண்ணு நமக்குத் தெரியும். மாலையப்ப பிள்ளையும் அப்பிடி வம்புக்கு ஆராசனை வந்து ஆடுகிற வரில்லை..."

கங்காதரம்பிள்ளையை வழிமறித்து கந்தையா சொன்னான்.

"மாலையப்பபிள்ளை வம்புக்கு ஆடினாருண்ணு இப்பம் யாரும் சொல்லல்லே... இப்ப இருக்க நிலைமையிலே கொடை நடத்த முடியுமாண்ணுதான் கேள்வி... ரெண்டாயிரம் ரூவா உண்டும்ணா சர்க்கார்லே மேல்க்கொண்டு ரெண்டாயிரம் வாங்கி

பள்ளிக்கூடத்துக்கு காம்பவுண்டு செவுரு கட்டலாம். பயமில்லாம பிள்ளைகள் விளையாடும்... அதை விட்டுப் போட்டு கொடை நடத்தி குடிச்சுக்கிட்டு ஆடுகதிலே புண்ணியம் இல்லே..."

விக்கிரமசிங்கம்பிள்ளை சடாரென எழுந்தார்.

"பள்ளிக்கூடத்துக்கு காம்பவுண்டு செவுருகட்ட ஊருவகைப் பணத்தைக் குடுக்குணும்ணு சட்டம் ஒண்ணும் இல்லே... பள்ளிக் கூடத்திலே நம்ம பிள்ளையோ மட்டுமோ படிக்கு...? வைராப் பிள்ளையோ படிக்கு... பறப்பிள்ளையோ படிக்கு... அவாளுக் கெல்லாம் இல்லாத உருத்து நமக்கு மட்டும் என்னத்துக்கு?"

கந்தையா சத்தம் போட்டுப் பேசினான்.

"இன்னா பாரும்... மோணத்தனமா பேசப்பிடாது. பறப்பிள்ளையோ வைராப்பிள்ளையோண்ணு வெவரம் உள்ளவன் பேசமாட்டான். அதுகளும் படிக்குங்கது வாஸ்தவம்தான்... பள்ளிக்கூடம் கெட்ட மனை குடுத்தது நாமோ... பள்ளிக்கூடம் கெட்டிக் குடுத்தது நாமோ... இதெல்லாம் ஊருவகைப் பணத்திலேருந்துதான் செய்தோம். அவாள்கிட்டேயும் நன்கொடை வாங்கிக்கிடுவோம். அதுக்காச்சுட்டி ராமேசுரத்திலே செரைச்சது மாதிரி வேலையை அரையும் குறையுமா விடப்பிடாது... ரெண்டு மாசத்துக்கு முந்தி நம்ம நாராயணனுக்கு மக கொஞ்சந்தான் பொளைச்சு. அதும் லாரிக்காரன் சடம்பிரேக்கு போட்டதினாலே. இல்லேண்ணா சட்டினி ஆயிருக்கும்..."

"இப்பம் கொடை களிக்கணுமா வேண்டாமாங்கதுதான் பேச்சு... காம்பவுண்டு கட்டலாமா வேண்டாமாண்ணு இல்லை..."

"அதான் சொல்லுகேன்... பள்ளிக்கூடத்துக்கு ஒரு செவுரு இல்லாம, இடிஞ்சு கெடக்க பத்தயப் பொரையை கெட்டதுக்கு துப்பு இல்லாம, ஊருவகைக்கு கூட ஒரு செட்டு செம்பு வார்ப்பு குட்டுவம் வாங்குகதுக்கு போக்கு இல்லாம, சும்மா கொடை களிச்சு கும்பாட்ட குட்டிகளுக்குக்கூட ஆடீட்டிருந்தா போராது..."

வாதம் கட்டு மீறிப்போவதால், ஊர் முதலடி என்ற விதத்தில் கங்காதரம்பிள்ளை குறுக்கிட்டார்.

"சொப்பனத்திலே அம்மன் வந்து..."

"சொப்பனத்திலே பலதும் வரும்... நாளைக்கு என் சொப்பனத்திலே அம்மன் வந்து ஊர்வகை நிலமெல்லாம்

உனக்குத்தான். எடுத்துக்கோண்ணு சொன்னாண்ணு நான் சொன்னா விட்டிருவேளா?"

இருதரப்பிலும் பலர் பேச முயன்றனர். ஒரு சூடான காற்றில் சபை கலகலத்தது.

யாராரோ பேச, எவரெவரோ பதில் சொல்லத் தலைப்பட்டனர். கையை ஆட்டுவதும் குரலை உயர்த்துவதும்...

"சைலன்ஸ்... சைலன்ஸ்"

இளைஞர் கூட்டத்திலிருந்து ஒருவன் கத்த சத்தம் அடங்க வில்லை. தமது கடுவாய்த் தொண்டையை கங்காதரம்பிள்ளை அன்று முதன் முறையாகப் பிரயோகித்தார்.

"எல்லாரும் கேளுங்கோ... ஸ்... முருகப்பா... சும்மாரு... சொள்ளமுத்து... விடு அந்தால... ஸ்... இன்னா... இப்போ நான் சொல்லுகது... எனக்கு இதிலே கொடை களிச்சாலும் ஒண்ணுதான். களிக்காட்டாலும் ஒண்ணுதான். ஆனா பின்னாலே அம்மனுக்குக் கோபம் வந்து ஒண்ணு கெடக்க ஒண்ணு ஆயிட்டா... அவ கோபம் நமக்குத் தெரியாததில்லே... விளையாட்டுத்தனமா பேசிப் போடலாம்... ஆனாக்கா பொண்டுபிள்ளைகளைப் பத்தியும் யோசிக்கணும். அதனாலே இப்போது கொடை களிக்கலாமா வேண்டாமாண்ணு ஓட்டுக்கு விட்டிரலாம்... களிக்கலாம்ணு எண்ணம் உள்ளவா எல்லாம் கையைத் தூக்குங்கோ... கணக்குப் பிள்ளை எண்ணிக்கிடும்... எவுனும் ரெண்டு கையும் தூக்கப் போறான்..."

ஊர்க்கணக்கு சித்தானந்தம்பிள்ளை விரலை உயர்த்தி எண்ணினார். கழுத்தைத் தூக்கி லாயர் செல்லம்பிள்ளையும் எண்ணினார். அறுபத்தெட்டு.

"சரி... வேண்டாம்ணு சொல்லப்பட்டவா கையைத் தூக்குங்கோ..."

கணக்குப்பிள்ளை எண்ணி முடித்துவிட்டு ஐம்பத்து மூன்று என்றார்.

"அப்பம் கொடை நடத்திப் போடலாம்ணு ஊர்க்கூட்டம் முடிவு செய்யி..."

கைதட்டல் ஓசையில் கோயில் கலகலத்தது.

20

கீழ்த்தெருவில் வடக்குக் கோடியில், மேற்குப் பார்த்திருந்த அந்த வீட்டின் தெருப்படிப்புரையில், சுவரோரத் திண்டில் சாய்ந்து பனங்கருக்குகளைச் சீவிக்கொண்டிருந்தான் கந்தையா. இடது பக்கத்தில் தண்ணீரில் கொவர்ந்திருந்த பனை நார்க்கருக்குகள். கூர்மையான கத்தியினால் பனைநாரின் ஒரு பக்கம் இருந்த கன்னங்கரிய முள் அரங்களைச் சீவி, நீளமான நாரின் வாய்ப் பகுதியில் கிழித்து இரண்டாக உரித்தான். உரித்த நாரின் சோற்றுப் பகுதியை கத்தியினால் செதுக்கி ஒரு பக்கம் நாரை அடுக்கினான். எங்கோ சிந்தனை வரம்பு கட்டி நின்றாலும், கை துரிதமாய் வேலை செய்தவாறிருந்தது.

அது ஒரு கூரை வீடு. தென்னை ஓலைகள் வெயிலிலும் மழையிலும் தாக்குண்டு கரிந்து பொடியத் தலைப்பட்டிருந்தன. முறியாத தென்னை ஈர்க்குகள் நீட்டிக் கொண்டு நின்றன. கூரையின் மேல் பக்கத்து வீட்டுப் புளியமரம் படர்ந்து நின்றது. புளிய மரத்திலிருந்து உதிர்ந்த புளிய இலைகள் கூரை முழுவதும் நிரப்பாக புளியம் பூக்களோடு பரந்து கிடந்தன.

மாசி மாதத்து வெயிலானாலும், பகல் பன்னிரண்டை நேரம் நெருங்கும்போதும் கந்தையா உட்கார்ந்திருந்த படிப்புரையில் தண்மை தவழ்ந்தது. சாணிப்பால் கொண்டு மெழுகப்பட்டிருந்த மண்தரை. வெள்ளிதோறும் வீடு முழுதும் மெழுகும் வழக்கம். ஆதலால், தரை பளபளப்பாக இருந்தது. நீண்ட படிப்புரையின் குறுக்காக வகிடு எடுத்தாற்போல் வீட்டின் உள்வாசல்படி.

வாசல் நிலையைப் பிடித்து நின்று கந்தையாவின் சம்சாரம் பொன்னம்மாள் எட்டிப் பார்த்தாள். குனிந்த தலை நிமிராமல் நார் உரித்துக் கொண்டிருந்த கந்தையாவைப் பார்த்துச் சொன்னாள்.

“சோறு வடிச்சாச்சு... உப்புப் போட்டு கொஞ்சம் கஞ்சித் தண்ணி வேணும்ணா குடிக்கேளா? காலம்பறையே ஒண்ணும் குடிக்காம இருக்கேளே...”

“ம்... ஒரு போணியிலே ஆத்திக்கொண்டா...”

“இங்கிணயா? கொள்ளாம்... நாலு ஆளு வாற போற இடம்...”

“ஆமா... வீட்டுக்குள்ளே வச்சுக் குடிச்சா பால் பாயசம் குடிக்காண்ணு நினைச்சுக்கிடுவானுகளாக்கும்”.

“அது உள்ளே வந்து குடிக்கப்பிடாதாங்கும்...”

“நீ கொண்டா மூளி. வியாக்கியானம் பண்ணிக்கிட்டு நிக்கா...”

“ஆனாலும் ஒண்ணுசொன்னா அந்தால கேக்கப்பட்ட ஆளுதாலா...”

முணுமுணுத்துக் கொண்டு பொன்னம்மாள் வீட்டினுள் போனாள்.

பித்தளைப் போணியில் கொண்டு வந்து வைத்த கஞ்சித் தண்ணீரை சூடு பொறுக்கப் பொறுக்கக் குடித்து போணியைக் கீழே வைத்தான். தோளில் கிடந்த தலை முண்டால் வாயைத் துடைத்தான். சூடான தண்ணீர் - முகத்தில் நெஞ்சின் ஓடையில் வியர்வை துளிர்த்தது.

போணியைக் கையில் எடுத்துக் கொண்டு பொன்னம்மாள் சொன்னாள்.

“போயி குளிச்சுக்கிட்டு வாருங்களேன்... அதுக்குள்ளே கறியை வச்சிருவேன். வந்த உடனே உண்டான சோத்துப் பருக்கையைத் திங்கலாம்லா?”

“ஆமாமா... பெரிய கறியை வச்சே... இண்ணைக்கும் கீரைத்தாண்டுதாலா?”

“பின்னே நீங்க வாங்கிக் கொண்டு போட்டேள்ளா கோப்பு... இதுலே வைக்கல்லியாக்கும்... கீரைத்தண்டுக்கும் வழியைக் காணோம். பேச்சு மட்டும் திவான் கெணக்காத்தான்...”

“என்ன மூளி சொன்னே? வந்தம்ணா செவளையைத் திருப்பீருவேன்...”

“என்னா கந்தையா? ஒரே சத்தமாக் கேக்கு?”

சத்தம் வந்ததும் சடக்கென்று திரும்பினான் கந்தையா. கொழும்பு பகவதிப் பெருமாள் வந்து படிப்புரையில் அமர்ந்தார்.

“வாரும்ணேன்... சவத்து மூளிக்கு வாய் பெருத்துப் போச்சு... இந்த வெயில்லே நீரு எங்க பொறப்பட்டேரு?”

“சும்மா ஒன்னைத்தான் பாக்கலாம்ணு வந்தேன். நம்ம இளையகுட்டி பிள்ளை பெத்திருக்கா...”

“யாரு? இடலாக்குடிக் காரியா? எப்பம்?”

“நேத்து வெள்ளன... அஞ்சரைமணி இருக்கும்...”

“நேத்துக் காலம்பறையா? மூல நட்சத்திரம்லா? பிள்ளை ஆணா பொண்ணா?”

“ஆணு”.

“போடு சக்கை. அண்ணன் மொதக்காரியமா பழமும் பஞ்சாரையும் வாங்கீட்டு வாரும்... பேரன் பொறந்திருக்கான். ஆண் மூலம் அரசாளும்...”

“ஆமா... அரசமரத்தைத்தான் ஆளணும்... போட்ட உருப் பிடியை எல்லாம் மருமகக்காரன் வித்து நக்கியாச்சு. இடலாக்குடி பத்திலே எட்டு மரக்கா விதைப்பாடு உண்டும், அதையும் ஒத்தி வச்சாச்சு... எந்த அரசை ஆளச் சொல்லுகே?”

“அட நாம என்னத்தைக் கண்டோம்! உம்ம மகளுக்கு இப்பம் ஒண்ணரை வருசமா சனி அபகாரம். ரெண்டரை வருசத்துச் சனி... எல்லாம் பயலுக்கு ஒரு வயது தெகையட்டும். பொறகு கந்தையா பொய் சொல்லல்லேண்ணு உமக்குத் தெரியும்...”

“சரி... எதுக்கும் ஒரு குறிப்பு குறிச்சு வச்சுக்கோ... சௌகரியமா சாதகத்தை எழுதிக் குடு...”

“அதுக்கென்னா? அண்ணன் கிட்டே முன்பேறா சொல்லி வைக்கேன்... தள்ளைக்க சனி ஒரு வருசம் பயலையும் கொஞ்சம் சீரழிக்கும். ஒண்ணும் பயப்படாண்டாமுண்ணாலும் நொய் நொய்யிண்ணு ஏதாஞ் சீக்கு இருந்துக்கிட்டே இருக்கும்... கொஞ்சம் கெவனமா இருக்கச் சொல்லும்...”

“சரி... அப்பம் நான் வரட்டா ஓர்மையிலே வச்சுக்கோ...”

“சரி சரி” என்று தலையாட்டி விட்டு பனை நார்களை அடுக்க ஆரம்பித்தான் கந்தையா.

இந்த உரையாடல்களை எல்லாம் வீட்டினுள் இருந்தாலும் காதில் வாங்கிக் கொண்டிருந்த பொன்னம்மாள் வெளியே வந்து சொன்னாள் -

“பேசாம அனுப்பீட்டீராக்கும்... ரெண்டு ரூவா கேக்கப் பிடாது... ஒரு செலவுக்கு ஆகும்லா?”

ஒன்றும் பேசாமல் நாரை அடுக்கிக் கட்டிவிட்டு கந்தையா நிமிரவும், ஊர் முறையாம்பிள்ளையான மாணிக்கம் வந்தார்.

“உங்களைத்தான் பாத்து வந்தேன்...”

“என்ன விசயம் ஓய்?”

“உம்மை பண்ணையாரு கையோட கூட்டீட்டு வரச் சொன்னாரு...”

“எந்தப் பண்ணையாரு? இங்கதான் ரெண்டு கோட்டை விதைப்பாடு பாட்டம் பயிரிட்டா எல்லாவனும் பண்ணையாருதாலா?”

“அதான்... கங்காதரம்பிள்ளை...”

“..............”

“கொடைக்கு வரி எழுதணும்லா...?”

“ஆமா எழுதீர வேண்டியது தாலா? அதுக்கு நான் என்னத்துக்கு? எல்லாத்துக்கும் ஒப்பம் எப்பிடியாவது வரியைத் தந்து போடுகேன்...”

“அதுக்கில்லே... நாளு நேரம் எல்லாம் பாக்கணும்லா?”

“அதாம் வேய்... நாளு குறிக்கதுக்கு நான் என்னத்துக்கு? நான் ஊரு சோசியனாவேய்? ஊரு வகையிலேருந்து நெல்லுத் தாறாளா?”

“பதிவாயிட்டு...”

“பதிவாயிட்டு நான்தான் செரைச்சேன்... இப்பம் பார்பர் ஷாப்புக்காரன் வந்து செரைக்காம்லா?”

“நீங்க என்னமோ மனசிலே வச்சுக்கிட்டு...”

“அதெல்லாம் உமக்கு என்னா? எங்கிட்டே சொல்லச் சொன்னாரு... சொல்லியாச்சில்லா...? சோலியைப் பார்த்துகிட்டுப் போவும்...”

முறையாம்பிள்ளை கடுவாயின் வீட்டுக்குப் போகும்போது அங்கே விக்கிரமசிங்கம்பிள்ளையும் இருந்தார்.

“என்னவே? என்ன சொன்னான்?”

“வரமாட்டானாம்...”

“ஏண்ணு கேக்கல்லியா?”

“முன்னாலே அவன்தான் செரைச்சானாம்... பொறகு பார்பர் ஷாப்புக்காரன் வந்து செரைக்க ஆரம்பிச்சாச்சாம்...”

“அவ்வளவு தூரத்துக்கு வந்தாச்சா?”

கவனித்துக் கொண்டிருந்த விக்கிரமசிங்கம்பிள்ளை கேட்டார் -

“அத்தான் இதை எத்தினிநாளு இப்படியேவிடுகது? நானும் பல விசயத்திலே பாத்தாச்சு... இது ரொம்ப முத்திக்கிட்டே போறது நல்லால்லே...”

“உனக்கு... விசயம் ஒண்ணும் இல்லடே.... இந்தப் பூவிலே நாக்கருது கொள்ள நாளு பாக்கச் சொன்னம்லா? நமக்கும் நிறைச்சு கோயில்லேயும் நிறைச்சிரலாண்ணு... தை இருவதுக்கு மிந்தி நாளு இல்லேண்ணுட்டான். உனக்குத்தான் தெரியுமே... நம்ம ஊரடி வயலு முந்தின நடவுல்லா... கதிரு தலை பழுத்துக் கெடக்கு... இருவதாந்தேதி வரை நாள்க்கருது கொள்ளாமே எப்பிடி அறுக்கது வயலை? அறுக்காமப் போட்டா கோழியும் ஆடும் குலமறுத்திராதா? அதான் கணியாகுளத்துக்காரன்கிட்டே கேட்டேன். இருவதாம் தேதிக்கு முன்னே நாளு இருக்கா பாரும்ணு... ஆறாந்தேதி அருமையான நாளுண்ணான். முறையாம் பிள்ளை கிட்டே சொல்லி கோயில்லேயும் நிறைக்க ஏற்பாடு செய்தேன்... பய அதை மனசிலே வச்சுக்கிட்டுத்தான் இப்படிப் பேசுகான்...”

“இதை இப்படி விட்டிர முடியாது... அத்தான் சம்மதிச்சாலும் சரி, இல்லாவிட்டாலும் சரி... நான் ரெண்டிலே ஒண்ணு பாத்திரத்தான் போறேன்... செறுக்கிவிள்ள்ளக்கு மாறுகை மாறுகால் வாங்காட்டா எனக்கு வெப்ராளம் தீராது...”

21

மூத்தாரம்மனின் சொத்து யாரும் இனாமாக விட்டுக் கொடுத்ததில்லை. பிள்ளை அற்று எழுதி வைத்த தர்மச் சொத்தும் அல்ல. கோயில் சிலையைக் கறையான் திரட்டில் கண்டுபிடித்து, பிறகு ஊருக்கு மையமாய் இருந்த பொட்டல் மேட்டில், வேப்பமர நிழலில் அவள் அரசாட்சி அமைந்த பிறகு, பொடிப்பொடியாய், சன்னஞ் சன்னமாய் வசதிகள் சேர்ந்தன. அறுத்தடிப்பவர்கள், சூடடிக்காரர்கள், காணிக்கையாய்க் கொடுத்த நெல். உழவாளிகள் கொடுத்த நெல், நல்லப்ப வாழைக்குலை. முதல் குலை தேங்காய். முதல் பறி உளுந்து...

அவர்களில் ஒருவரே கோயில் பணத்தைச் சேர்த்து வைத்துக் கொண்டார்கள். அம்மனுக்கு என்று பூதோறும், வீடுகள்தோறும் நெல் பிரித்தார்கள். அவர்கள் வசதிபோல் குறுணி, பதக்கு, முக்குறுணி என்று...

சேர்ந்த நெல்லை, செலவு போக, பூச்சீட்டு போட்டார்கள். சீட்டைப் பிடித்து நிலம் வாங்கினார்கள். ஆறுமரக்கால், அரைக்கோட்டை, பதினேழு மரக்கால் விதைப்பாடுகளாக, நல்ல தடிகளாக, தோப்புகளாக, காலி புரையிடங்களாக...

கோயிலுக்கு கூரை எழுப்ப நினைத்தபோது, பெரும்பான்மை யானவை காசின்றி வந்தன. வெட்டிப்போட்டிருந்த மரத்தடிகள், அறுத்து வைத்திருந்த நெடியது குறியதுகள், மரப்பலகைகள், சேர்த்து வைத்திருந்த நிலைகள், கல்வரிகள், சுடுசெங்கல்கள், ஓடுகள்...

அவரவருக்குத் தெரிந்த வேலைகளைச் செய்தனர். கல் உடைத்துக் கொடுத்தனர். மணலும், சுண்ணாம்பும் சேர்த்து சாந்து குழைத்துக் கொடுத்தனர். சாந்து சுமந்தனர். மரப்பணிகள் செய்தனர். கையாளாக நின்றனர். தண்ணீர் சுமந்தனர். அவரவர்

வேலை போல் எண்ணிக்கொண்டு, முத்தாரம்மனை தங்கள் வாழ்வின் ஓர் பிரதானமான அங்கமாக எண்ணிக்கொண்டு...

தங்களின் நோய்களை நிவாரணம் செய்வதாக,

கன்று காலிகளைப் காப்பதாக,

பயிர்களைப் பாதுகாப்பதாக,

அச்சம் தவிர்ப்பதாக,

சுகதுக்கங்களின் உடன் இருந்து ஆதரவும் அன்பும் காட்டுவதாக நம்பினர்.

மாங்கோணத்தில் வீட்டுக்கு ஒரு முத்தம்மாள் அல்லது பகவதியம்மாள் இருந்தாள்.

அம்மன் மீது அவர்கள் காட்டிய அன்பு போல், முத்தாரம்மன் வசதிகளும் பெருகின. இன்று கணக்குப் பார்த்தால் -

ஆறுகோட்டை விதைப்பாடு நெல்வயல்கள், அருமையான ஆற்றுப்புரவான மேலப்பத்தில். ஊரைச் சுற்றி மூன்று தென்னந்தோப்புகள். ஊரின் பல பகுதிகளில் காலி மனைகள். அடியந்திர பாத்திர பண்டங்கள், அம்மனுக்கும் பிற சாமிகளுக்கும் வெள்ளி அங்கிகள், உருப்படிகள்...

செல்வம் பெருகப் பெருக காப்பதற்கு ஆட்கள் அவசிய மாயினர். முதலில் வேலை செய்யும் கூட்டாளிகள் பொறுப்பாக இருந்தனர். பல காரணங்களுக்காக - பணத்தைப் பத்திரமாக வைத்துக் கொள்வதற்காக - தேவையானபோது எடுத்துக் கொள்வதற்காக - வசதி படைத்த பண்ணையார்களின் கைக்கு மாறியது. பிறகு நிலையாக கங்காதரம்பிள்ளை கையில் நின்றது.

இருபதாண்டு காலமாய் முத்தாரம்மன்கோயில் முதலடியாய் கங்காதரம்பிள்ளை இருந்தார். குடும்ப வழிச் சொத்துபோல், தகப்பனாரிடம் இருந்து நேராக அவர் தோளில் இறங்கிய கௌவரவம். பணக்காரனின் கோமண நுனியைத் தூக்கிப் பிடித்துக் கொண்டு போவதைப் பெரியதொரு சிறப்பாகக் கருதியதால் கங்காதரம்பிள்ளையைக் கேள்வி கேட்பதோ, கோயில் முதல் மீது அவருக்குள்ள உரிமையைச் சந்தேகிப்பதோ பெரியதொரு பாவமாகக் கருதப்பட்டது.

இந்த போதை தலைக்கேறிய போது, கங்காதரம்பிள்ளையின் தலை கிறுகிறுத்தது. அவர் நினைத்தால் கொடை. இல்லா

மாமிசப் படைப்பு ♦ 130

விட்டால் இல்லை. மூன்றாண்டுக்கு ஒரு முறை, ஏழாண்டுக்கு ஒரு முறை என்று சீரும் ஒழுங்கும் இல்லாமல், அம்மனுக்குக் கொடை நடந்தது. அவர் மகள் பெற்றுப் போக வந்திருந்தால், மகனுக்குக் கல்யாணம் ஆனால், தங்கைக்கு உடம்பு சரி இல்லை என்றால், அந்த ஆண்டு கொடை கழிவதில் தடங்கல் ஏற்பட்டுப் போகும்.

ஊர்வகை நிலங்களும் தோப்புகளும் கங்காதரம்பிள்ளை இடமே பாட்டத்துக்கு இருந்தன. ஊர் முழுக்க, ஒரு கோட்டை விதைப்பாட்டுக்கு எட்டுக்கோட்டை நெல்பாட்டம் என்றால், அம்மன் கோயில் நிலங்களுக்கு ஆறுகோட்டை நெல். தோப்புகளில் வெட்டிய தேங்காய்களுக்கு எழுதியது கணக்கு. இந்த நிலங்களும் பொறுப்பும் ஒருவர் அடக்கத்தில் இருந்தால் வேறொரு முக்கியமான லாபமும் உண்டு. அறுப்பு சமயத்தில் ஒரு கோட்டை நெல் அறுபது ரூபாயானால், ஒறுவினை சமயம் நூற்றுப்பத்து, நூற்றிருபது என்று விற்கும். கண்ட்ரோல் கெடுபிடி கடுமையாய் இருந்த நாட்களில் நூற்றெண்பது, இருநூறு என்று விற்ற காலமும் உண்டு. பெரும்பாலும் ஊர்வகை நெல் விற்பனைப் பணம் கோட்டைக்கு உத்தேசமாய் எழுபத்திரண்டு அல்லது எழுபத்தாறு என்று காட்டப்பட்டிருக்கும்.

விவரம் உள்ள மாங்கோணத்துவாசிகளுக்கு இது தெரியும் என்றாலும், கங்காதரம்பிள்ளையைப் பகைத்துக் கொள்வது கருதியும், அவரிடம் இருந்து கிடைக்கும் சில்லறைச் சலுகைகள் தடைப்பட்டுப் போவது கருதியும் வாயில் மண்ணடைத்துக் கிடந்தார்கள்.

சாதாரணமாய் ஊர்க்கூட்டம் கூட்டி, கொடை கழிப்பது என்று தீர்மானித்தால் நல்ல நேரமாய்ப் பார்த்து செவ்வாய்க் கிழமை அன்று வரி எழுதுவார்கள். கொடைக்கு ஒரு செவ்வாய்க் கிழமை நாள் குறிப்பார்கள். ஏழு நாள் முன்னதாகக் கொடைக்குக் கால் நாட்டுவார்கள்.

வரி எழுத ஊர் கூடி இருந்த செவ்வாய் கிழமை இரவில் எல்லோரும் முன்னதாகவே ஆஜராகி இருந்தனர்.

கோயிலின் மேற்குச் சுவரோரம் முதலடி கங்காதரம்பிள்ளை. பக்கத்தில் கணக்குப்பிள்ளை. வயதான சிலர். முன்னால் மாங்கோணத்து முத்தாரம்மன் கோயில் வரிகாரர்கள். நடை ஓரம் முறையாம்பிள்ளை நின்று கொண்டிருந்தார். நாள் பார்த்துச்

சொல்வதற்கு கணியாகுளத்து ஜோசியர். வழக்கமாய் பஞ்சாங்கம் பார்த்து நாள் குறிக்கும் கந்தையா லாயர் செல்லம்பிள்ளையிடம் ஏதோ சொல்லிக் கொண்டிருந்தான். ஊரில் பலருக்கும் கணியாகுளத்திலிருந்து ஜோசியர் வந்திருப்பதன் காரணம் தெரியும் என்றாலும் ஒரு அமுக்கத்துடன் இருந்தனர். கால்நாட்ட நாள், கொடை கழிக்க நாள், இலுப்பாற்றில் இருந்து தண்ணீர்க் குடம் கொண்டு வர, அம்மனை நீராட்ட நேரம் எல்லாம் பார்த்து ஊர் சபையின் ஒப்புதல் வாங்கிய பிறகு, வரிக்கு எத்தனை மரக்கால் நெல் வீதம் வசூலிப்பது என்ற கேள்வி வந்தது.

கங்காதரம்பிள்ளை சொன்னார்.

"போன கொடைக்கு வரிக்கு முக்குறுணி நெல்லு வீதம் பிரிச்சோம்... நூத்தி எம்பது வரி இருக்கு... இந்த வருசம் அஞ்சாறு கூட வரும். முக்குறுணி நெல்லு வீதம் பிரிச்சா... எவ்வளவு வரும் கணக்குப்பிள்ளே?"

"அஞ்ஞூற்றி நாப்பது மரக்கா... உத்தேசமா இருவத்தஞ்சு கோட்டை வரும்..."

"இருவத்தஞ்சு கோட்டைண்ணா, கோட்டைக்கு அறுவத்தஞ்சு ரூவா மேனிக்கு... ஆயிரத்தறுநூத்தி இருவத்தஞ்சு... போன கொடைக்கு மூவாயிரம் ரூவாய்க்கு மேலே செலவு உண்டும்... இப்பம் பின்னே விலைவாசி எல்லா கூடியிருக்கதினாலே எப்படியும் ஐயாயிரம் ரூவா வரை ஆயிரும். முக்குறுணி நெல்லு வீதம் வச்சா மீதிப்பணம் கோயில் வகையில் விழும். அது தாங்காது பாத்துக்கிடுங்கோ. ஆனதினாலே வரிக்கு அஞ்சு மரக்கா நெல்லு போடலாம். இனி நீங்க என்ன சொல்லுகியோ?"

விக்கிரமசிங்கம் பிள்ளை எழுந்தார்.

"அஞ்சு மரக்கா நெல்லே இருக்கட்டும்... அது அதிகமில்லே... செலவையும் பாக்கணுமில்லா..."

லாயர் செல்லம்பிள்ளை சொன்னார்:

"அஞ்சு மரக்கா நெல்லு அதிகந்தான். எல்லாராலையும் கொடுக்க முடியுமாண்ணு யோசிக்கணும்..."

"ஏன் கொடுக்க முடியாது? கொடுக்க முடியாதவன் என்னத்துக்கு வரீல இருக்கான்?" - விக்கிரமசிங்கம்பிள்ளை.

கந்தையாவுக்கு புடைத்துக் கொண்டு கோபம் வந்தது.

“வரீலே ஏன் இருக்காம்ணு யாருக்கும் கேக்க முடியாது. முதல்லே குறுணி நெல்லுதான் வரி பிரிச்சுக்கிட்டிருந்தோம். பொறவு பதக்கு ஆச்சு, முக்குர்ணி ஆச்சு... இப்பம் அஞ்சு மரக்கா, பொறவு அரைக்கோட்டை, ஒரு கோட்டைண்ணு ஆச்சுண்ணா பொறவு கங்காதரம்பிள்ளையும், விக்கிரமசிங்கம்பிள்ளையும் போல உள்ள கூட்டாளிகளுந்தான் வரிகாரளா இருக்க முடியும். இது அப்பிடியொண்ணும் எந்தப் பண்ணையாரும் நிலம் விட்டுக் கொடுத்து ஆளான கோயிலும் சொத்தும் இல்லே... பாவப் பட்டவனுகோ சேத்த சொத்தாங்கும்...”

“கந்தையா சொல்லுகது சரிதான்... இந்த நெரக்கிலே போய்க்கிட்டு இருந்தா இந்தக் கோயிலு ஊருவகைக் கோயிலா இருக்காது. கங்காதரம்பிள்ளைக்கு குடும்பக் கோயிலாட்டு ஆகீரும்...” - லாயர்.

“அத்தான் யோசிக்காமச் சொல்லுகியோ... எனக்கு இதுலே லாபமா நட்டமா? ஆனா செலவையும் யோசிச்சுப் பாக்கணும்...” - கடுவாய்.

“செலவு கூடீட்டிண்ணா ஒரேயடியா பாவப்பட்டவனுகளை நெருக்கீரப் பிடாதில்லா... ராமலிங்கம் வீட்டிலே நாலு வரி இருக்கு... உங்க கணக்குப்படி நாலுவரிக்கு ஒரு கோட்டை நெல்லு. குடுக்கல்லேண்ணா வரீலேருந்து நீக்கிருவியோ... இப்படி ஒவ்வொருத்தனையும் நீக்கிட்டு பொறவு பண்ணையாருமாரு மட்டுந்தான் வரிகாரனா இருக்க முடியும்...” - கந்தையா.

“இப்பம் யாரும் யாரையும் வரீலேருந்து நீக்கச் சொல்லல்லே... வருமானமில்லாமே செலவு எப்பிடிச் செய்து?” - விக்கிரம சிங்கம்பிள்ளை.

“வருமானம் வேணும்ணா அதுக்கு வேற வழி இல்லையாக்கும். ஊரு பூரா ஏக்கருக்கு எட்டுக்கோட்டை நெல்லு பாட்டம். ஊருவகை நிலத்துக்கு மட்டும் ஏன் ஆறுகோட்டை? போன பூவிலே மார்கழி மாசம் நெல்லு கோட்டைக்கு நூத்தி அறுவது ரூவா வரை வித்திருக்கும்... ஊருவகை நெல்லு முப்பத்தாறு கோட்டையும் எம்பத்தி எட்டுண்ணு போயிருக்கு... இதை யெல்லாம் கெவுனிச்சுப் பாத்தா கோயிலுக்கு கூடக் கொஞ்சம் வருமானம் வரும்... அதை விட்டுப்போட்டு அஞ்சு மரக்காலைக் கொண்டா, ஏழு மரக்காலைக் கொண்டாண்ணா எப்படி?” - கந்தையா.

திடீரென சுற்றுப்புறத்தில் காற்றே நின்று விட்டதுபோல் ஓர் அமைதி, இறுக்கம், புழுக்கம். ஊர்ச்சபையில் முதலாவதாய் ஓர் ஒற்றைக் குரல் அதிகாரத்துக்கு எதிராய் உயர்ந்திருந்தது. ஓர் விரல் கங்காரதம்பிள்ளையின் மார்புக்கு எதிராய் சுடப்பட்டிருந்தது.

முகம் ஒரு விதமாய் வெளுக்க, கங்காரம்பிள்ளை சொன்னார்:

"இப்போ பிரச்னை வேற எங்கேயோ போய்க்கிட்டிருக்கு... ஏதோ என் பேர்லே தப்பபிப்பிராயம் வச்சுக்கிட்டு கந்தையா பேசுகான். எனக்கு இதிலே ஆதாயம் இருக்கும்ணு நீங்களும் நினைக்கலாம். கோயில் சொத்தை சுரண்டித் திங்கணும்ணு எனக்கு தலையிலே எழுதல்லே... கோயிலு நிலத்தை பாட்டம் பயிரிடுகதினாலே நான் கோட்டை ஒண்ணும் கெட்டீரப் போறதில்லே. கடவுள் தந்திருக்கது எனக்கு மூணு தலைமுறைக்குப் போரும்... நான் வக்கில்லாத இரப்பாளி ஒண்ணும் இல்லேங்கது உங்களுக்கே தெரியும். நாளைக்கே நிலத்தை விட்டுருகேன். யாரு வேணும்ணாலும் பயிரிடட்டும்... கோயிலு முதலடி உத்தியோகமும் இத்தனை வருசம் பாத்தது போரும்... வேறே யாராம் எடுத்துக் கிடட்டும்... எனக்கு சம்மதந்தான்..."

ஏககாலத்தில் பல குரல்கள் கங்காதரம்பிள்ளையை சமாதானப்படுத்துவதுபோல் உயர்ந்தன. ஒரு குரல் கந்தையா பேசியதற்கு மன்னிப்பு கேட்கச் சொல்லியது. சந்தடியும் பரபரப்பும் ஓசையும் நிமிடங்களைக் கரைத்தன. கந்தையா பக்கமும் ஓரளவு ஆதரவு இருந்ததால் - ஓர் கைகலப்பு உருவாகும் போலத் தோன்றியது.

சகாதேவன் பிள்ளை பாட்டா எழுந்து நின்றார்.

"எல்லோரும் கொஞ்சம் சமாதானப்படுங்கோ... இது ஊருக் கூட்டம். மீன் சந்தை இல்லே... கங்காதரா கொஞ்சம் பொறு... கந்தையா, நீ இப்பிடிப் பேசுகது தப்பு... எல்லாம் ஒருமுறை இருக்கு பார்த்துக்கோ... ஆளாளே இப்பிடி ஆரம்பிச்சிட்டா பொறகு வினை வந்து சேரும்..."

"சவத்தை விடுங்க பாட்டா... ஏதோ இதுனால இல்லா நான் கஞ்சித் தண்ணி குடிக்கேன்? என்னவோ நினைச்சப் போட்டானுகோ... எனக்கு மயிரே போச்சு..."

"பொறுப்பா... நீயும் அந்தாலே அவசரப்படுகியே... ஊருண்ணா அப்பிடித்தான்... இதையெல்லாம் கூட்டாக்கப்பிடாது.

விடு அந்தாலே... இப்பம் வரி எவ்வளவு போடுகதுண்ணுதானே பிரச்னை? இந்தப் பூ விளைச்சலும் குறைவுதான்... அதுனாலே முக்குர்ணீயே இருக்கட்டும்... மீதிச் செலவு ஊர்வகையிலேருந்து போட்டிருவோம்... மேல்க்கொண்டு ஆகவேண்டியதைப் பாருங்கோ..."

ஒருவித ஊமைப் புழுக்கத்துடன் வரி எழுத்து ஆரம்பமாகியது.

22

கோயில் முழுக்க வெள்ளை அடிப்பு ஆகியது. தூது தும்பட்டங்கள் தட்டப்பட்டு சாமிகளின் அங்கிகள், சாமி கொண்டாடிகளின் கடயங்கள், திருநீற்றுக் கொப்பரைகள், சலங்கைகள், சல்லடங்கள், வெட்டரிவாள், வேல், சூல், குந்தம் யாவும் புளிபோட்டுத் தேய்த்து களிம்பு மாற்றி பளபளக்கச் செய்யப்பட்டன. வெள்ளையும் காவியுமாய் கோயிலுக்கு புதிய பொலிவு வந்தது.

கொடைக்கு ஏழு நாட்கள் முந்தி, கால்நாட்டி, அம்மன் கோயில் முகப்பில் பெரிய மோட்டுக் காமணம். மோட்டுக் காமணத்தின் மூன்று இறகுகளாய் இறங்கிய தட்டுக்காமணங்கள், வடக்கு பார்த்து, கிழக்கு பார்த்து, மேற்கு பார்த்து மூன்று வாசல்கள்.

பத்தயப் புரை முற்றத்தில் பொங்கிப் பொரிப்பதற்காக காய்ச்சிறக்கிக் காமணம் போட்டாயிற்று.

பாத்திர பண்டங்கள் கழுவி எடுத்து வைத்தாயிற்று. முத்தாரம்மன் கோயில் கொடை என்றால் அது அன்னக்கொடை. ஊரிலுள்ள ஆணும் பெண்ணும் சிறுவரும், வந்த விருந்தாளிகளும், அடுத்த ஊர்களிலிருந்து சேதி தெரிந்து சாப்பிட வருகின்றவர் களுமாய் - ஐந்து செம்பு அரிசி வைப்பு. கல்யாண வீட்டு விருந்து போல் நறுவிசாக இல்லாவிட்டாலும் பருப்பு, சாம்பார், ரசம், சம்பாரம், அவியல், துவட்டல், பச்சடி, கிச்சடி, எரிசேரி, உப்பிலிடு, பிரதமன், பப்படம் எல்லாம் உண்டு.

இது தவிரவும் திங்கட்கிழமை இரவிலிருந்தே மேளக் காரர்கள், கும்ப ஆட்டக்காரக் குழு, வில்பாட்டுக் கூட்டம், கோயில் வேலைகளில் ஈடுபட்டிருக்கும் சிப்பந்திகள், இது போன்ற

மாமிசப் படைப்பு ♦ 136

நாட்களில் சாப்பாட்டுக்காகச் சுற்றும் புறவெட்டுகள் ஆகியோருக்காக புதன்கிழமை இரவு வரை சமைக்கவும், சாமிகளுக்கு செவ்வாய்க் கிழமை நடுநிசியில் ஆராசனைக்கும் தீபாராதனைக்கும் முன்னால் படைக்கும் 'சைவப் படைப்பு'க்குப் பொங்கவும் குப்பு ஐயர் ஆள் பரிவாரங்களோடு வந்தாயிற்று.

குப்பு ஐயரின் மார்பில் பூணூலைப் பார்த்தால் இவர் ஐயரோ என்று சந்தேகம் தோன்றும். பழங்கால ஆசாரிகளும் வேளார்களும் கூட பூணூல் போடுவது பழக்கத்தில் இருந்தது. சமையல் புரையில் நிற்கும்போது குப்பு ஐயரை ஐயர் என்றும் வேறு எங்காகிலும் நிற்கும்போது ஆசாரி அல்லது வேளார் என்றுதான் நினைப்பார்கள்.

கரியான வேட்டி, கரியான தோள் முண்டு. வேட்டியின் இடுப்பு மடிப்பில் மாட்டுக் கொம்பில் செய்த பொடி டப்பி, நெல் அவிக்கும் செம்புப் பானையைப் பாதியில் அறுத்துப் பொருத்தியது போல் குமிழ் வயிறு. ஒரு பக்கா நல்லெண்ணெயை உடல் முழுதும் பூசி வடியவிட்டது போல் வியர்வைக் கசகசப்பு. ஒரே உயரத்தில் வளர்ந்திருக்கும் நரைத்த எட்டு நாள் தாடி. நரைத்த எட்டு நாள் தலைமுடி. முகத்தில் மட்டும் பொங்கித் திளைக்கும் நிரந்தரமான சிரிப்பு.

குப்பு ஐயருக்கு நறுவிசான சமையல் வேலைகள் பழக்க மில்லை. தடி வேலைகளில் சாமர்த்தியசாலி. இதுபோல் கோயில் அடியந்திரங்கள், இழவு வீட்டுச் சமையல் போன்றவற்றில்தான் ஸ்பெஷலிஸ்ட்.

"எலே பகவதியப்பா... வாலே ஒரு கை பிடி பார்ப்போம்... இந்த வார்ப்பைத் தூக்கி அடுப்பிலே போடணும்..."

"எம்மா இதையா? என்னைக் கொண்டு ஆகாது... சவம் செத்த மாடு கெணக்க கனக்கும்..."

"நீங்கள்ளாம் என்னண்ணுதான் பிள்ளை பெத்தேளோ?"

பேசி முடியுமுன் இரண்டு பக்கமும் சேர்த்து மூச்சடக்கிப் பிடித்து வார்ப்பைக் கடார அடுப்பில் தூக்கி எறிந்துவிடுவார் குப்பு ஐயர்.

கேலியும் கிண்டலுமாய் வேலை நடக்கும். மாங்கோணத்தில் எல்லோருக்கும் அவர் அம்மாச்சன் முறை.

“நடராஜா... இங்கே வாலே... அன்னா அந்த மூலைலே சருவத்திலே அவலு வெரவினது மூடி வச்சிருக்கேன். அனக்கம் காட்டாம திண்ணுக்கிட்டு வா... என்னா தீத்திட்டியா? சரி! இன்னா இந்த தேங்காயைக் கொண்டு போயி மைபோல அரைச்சுக் கொண்டா... சும்மா நாலு நவிட்டு நவிட்டி வழிச்சுக் கொண்டாந்திராதே... கிச்சடிக்காக்கும். நம்ம சங்கரம்பிள்ளைக்கு உரல்லே போயி அரை என்னா? சட்டுணு வா...”

சாமான்கள் ஏறக்குறைய இருந்தாலும், இருப்பதை வைத்து ஒப்பேற்றுவதில் மன்னன். மற்ற மற்ற வைப்புக்காரர்களைப் போல அதைக் கொண்டு வா, இதைக் கொண்டு வா என்று ‘நொறு நாட்டியம்’ கிடையாது. சமையல் எல்லாம் முடித்துவிட்டு குளிக்கப் போவார். குளித்து வந்தபின் - அவருக்கென்று பிரத்யேகமாய் வரவழைக்கப்பட்டிருக்கும் கால் குப்பி ‘கறுப்பு’ ‘கடகட’வென வயிற்றினுள் விட்டு, இரண்டு சிரட்டைத் தவி அவியலை சோற்றில் போட்டுப் பிசைந்து உருட்டி உள்ளே தள்ளிவிட்டுப் படுத்தாரெனில் அவ்வளவு லேசில் யாரும் எழுப்பிவிட முடியாது.

முத்தாரம்மனையும் பூதத்தானையும் தவிர பாக்கி சாமிகளான சூலைப்பிடாரி, சந்தனமாரி, வைரவன் ஆகியோருக்கு ‘மாமிசப் படைப்பு’. மாமிசப்படைப்புக்கு சமைக்க வழக்கமாய் உள்ளூர் ஆசாமியான பொன்னு ஏற்பாடாகி இருந்தான்.

குப்பைய்யரைப் போலே பொன்னு வித்தியாசமான ஆள். ‘நெட்டான் நெட்டான்’ என்று உயரம். முறுகிய காற்றாடிமரக் கம்புபோல் உறுதியான உடற்கட்டு. வாயை மூட முடியாதபடி பற்கள். நிரந்தரமான சிரிப்பு. குப்பைய்யரின் கூடப் பிறந்தது பொடி என்றால் பொன்னுவுக்கு வெற்றிலை, பாக்கு, வடக்கன் புகையிலை.

சிறிய அடியந்திரங்களுக்கு பொன்னுவை சமைக்கக் கூப்பிடுவார்கள். முக்குறுணி, ஐந்து மரக்கால், மிஞ்சிப் போனால் ஒரு செம்பு பொங்கி கறிவகைகள் வைக்க அவனைக் கொண்டு முடியும். பொன்னுவை ஒருவரும் தொந்தரவு செய்யாமல் இருந்தால் சமையல் குற்றம் சொல்ல முடியாமல் இருக்கும். ஆனால் அவனை யாரும் தொந்தரவு செய்யாமல் இருப்பதில்லை.

“பொன்னண்ணேன்... சாம்பார்லே உப்பு கொஞ்சம் கூடுதல் போல இருக்கே?”

“அப்பிடியா... கொஞ்சம் புளி உருட்டிப் போட்டாப் போச்சு...”

“ஏய் பொன்னு... புளிசேரி இம்புடு போல வச்சிருக்கியே... எல்லோருக்கும் காணுமா?”

“அதுக்கென்ன பாட்டா... கொஞ்சம் நீட்டீருவோம்...”

பொன்னுவுக்கு இழந்த மனது. ஆகையால் யார் என்ன சொன்னாலும் மறுத்துச் சொல்ல வாய் வராது. உள்ளூர்க்காரர் ஆனபடியால் ஆள் ஆளே வந்து சமையலை சாம்பிள் பார்த்துவிட்டு அபிப்பிராயம் சொல்வார்கள். அபிப்பிராயத்துக்குத் தகுந்தபடி குழம்பின், கறியின் கலவைகள் நூதனமாய் இருக்கும்.

“என்னப்பா பொன்னு? என்ன லெச்சணத்திலே அவியலு வச்சிட்டே?”

“அது, உங்களுக்கு, சிங்கங்காய் போடலலேல்லா... மொந்தன் வாழைக்காய்... அதான் சவம் கொளைஞ்சு போச்சு...” என்ற விதத்தில் சமாதானங்கள் வரும்.

உல்லாசமாய் பொங்கிச் சாப்பிட கூட்டமாய் வண்டி கட்டிக் கொண்டு முக்கூடலுக்கோ, உலக்கை அருவிக்கோ, ஔவையாரம்மன் கோயிலுக்கோ, சடாயுபுரத்துக்கோ, கோம்பைச்சாமி மடத்துக்கோ போனால் சமையலுக்கு பொன்னுதான்.

வீட்டில் பெண்கள் இல்லாவிட்டால், ஏதாவது புதியதாய்ச் செய்து சாப்பிட ஆசை ஏற்பட்டால், அதற்கும் பொன்னுதான். சிலர் கூலியாக ஐந்து ரூபாய் கொடுப்பார்கள். சில வீட்டில் தட்சிணைக்கு வைக்கும் தேங்காய், நிறை நாழி நெல், பழம், நாலணா சில்லறை தவிர தேங்காய் பால் பிழிய உபயோகிக்கும் ஓர் ஈரிழை துவர்த்தும் கிடைக்கும். சில வீடுகளில் வெறும் மூன்று வேளை ஆகாரத்தோடு சரி. இதுவரை வெகுமதியாக எவரிடமும் நான்கு அறை வாங்கவில்லை என்பது பெரிய விஷயம்.

பொன்னுவுக்கு, காசு பணம் எல்லாம் கணக்கோ பொருட்டோ அல்ல. சமையல் அவனுக்கு பொழுதுபோக்கு. பெரிய அடியந்திரங்களில் ஐயர் பரிவாரங்கள் சமையலுக்கு வந்தாலும் கூட, சம்பளமில்லாத ஊழியனாகப் பொன்னு இருப்பான். சோற்றைக் கிண்டிக்கொண்டோ, துவட்டலைக் கிளறிக் கொண்டோ, தேங்காய்க் கீற்றை பாயசதுக்குப் போட பொடிப் பொடியாய் நறுக்கிக்கொண்டோ இருப்பான்.

ஒரு முறை லாயர் செல்லம்பிள்ளை வீட்டில் பெண்டாட்டி வெளியூருக்குப் போயிருந்தாள். மத்தியானச் சாப்பாட்டுக்கு என்ன

செய்வது என்று லாயர் யோசித்துக் கொண்டிருக்கையில் பொன்னு அந்தப் பக்கமாய்ப் போவது தெரிந்தது.

“பொன்னு... ஏய் பொன்னு...”

“என்ன மாமா கூப்பிட்டேளா?”

“எங்கே தூரமா போறே?”

“சும்மா இப்பிடி சாத்தாங்கோயில்லே போயி இருக்கலாம்ணு. ஆமா வீட்டிலே யாரும் இல்லையா?”

“இல்லே... நெய்யாற்றின் கரையிலே அவளுக்கு சித்தப்பா மகனுக்குக் கல்யாணம்லா? நேத்தே போயாச்சு...”

“நீரு போல்லியா?”

“எனக்கு சவத்துக்குப் பொறந்த பயக்களைக் கண்டாலே ஆகாது... பின்னே அவ போகாம முடியாதுல்லா?”

“சாப்பாட்டுக்கு என்ன செய்வேரு?”

“காலம்பற பழையது கெடந்து... குடிச்சேன்... மத்தியானத்துக்கு என்ன செய்யலாம் சொல்லு?”

“உமக்கு என்னா? ஒரு கஞ்சியை வச்சு ரெண்டு வத்தலை வறுத்தாலும் போச்சு...”

“அதான் யோசிச்சுக்கிட்டிருக்கேன்... இப்பம் நீயும் வந்திருக்கேல்லா?”

“காகறி எல்லாம் கெடக்கா?”

“கெடக்கும்... இல்லேண்ணா பொறவாசல்லே தோட்டத்திலே கெடக்கும்...”

“கூட்டாஞ்சோறு பொங்கீருவமா?”

“பொங்கு”.

அடுத்த நிமிடத்திலிருந்து பொன்னு உடலில் தனிச் சுறுசுறுப்பு. தோட்டத்திலிருந்து கத்தரிக்காய், மிளகாய், முருங்கக்காய், வாழைக்காய், முருங்கைக்கீரை, சீனி அவரை வந்தது. வீட்டில் கிழங்கு, உள்ளி, தேங்காய் கிடந்தன.

அடுப்பில் அரிசியும் பருப்பும் வேகப் போட்டாயிற்று. காய்கறிகளை நறுக்கி வைத்துவிட்டு தேங்காய் திருவினான்

பொன்னு. அம்மியில் வைத்து அரைத்தான். பருப்பும் அரிசியும் வெந்து வரும்போது காய்கறிகளைப் போட்டு, அரைத்து வைத்திருந்த வெஞ்சனங்களைப் போட்டு, தேங்காய் எண்ணெய் ஊற்றி, உப்புப் போட்டு பொங்கி இறக்கும் போது மணம் மூக்கைத் துளைத்தது.

வாசனையின் கிறக்கத்தில் தோட்டத்துக் கிணற்றில் குளிக்கப் போனார் செல்லம்பிள்ளை. குளித்துவிட்டு வருவதற்குள் எண்ணெய் விட்டு முழுதாய் மிளகாய், உள்ளி வதக்கி, புளிக் கரைசல் விட்டு, காயம்போட்டு மணமாய் ஒரு பச்சடியும் வைத்து, பப்படமும் வறுத்தான் பொன்னு.

குளித்துவிட்டு, இரண்டு தும்பு இலைகளும் அறுத்துக் கொண்டு வந்தார் லாயர். வேட்டி மாற்றி, உடுத்திருந்த ஈரத் துவர்த்தையும் துவைத்துப் பிழிந்து வைத்திருந்த துவரையையும் கொடியில் காயப் போட்டுவிட்டு சாப்பிட அமர்ந்தார்.

இலையைப் பரத்தி, தண்ணீர் தெளித்து, பச்சடியும் பப்படமும் வைத்து, கூட்டாஞ்சோற்றை விளம்பினான் பொன்னு.

ஒரு கை எடுத்து ஆசையோடு வாயில் இட்டார்.

புல்லைக் கொறித்து 'கபக்'கென்று உமிழும் நாய் போல், வாய்ச் சோற்றைத் துப்பினார்.

"ஏன் மாமா, கல்லா?"

"உங்க அம்மை தாலி... உப்பு சும்மா வருகுண்ணா இப்பிடி வாரித் தட்டீருக்கே..."

கூட்டாஞ்சோற்றை ஒரு கையில் எடுத்து வாயில் போட்டு ருசி பார்த்துவிட்டு பொன்னு சொன்னான்.

"ஒரு சொல்லு உப்பு கூடிப்போச்சு... கொஞ்சம் இரிங்கோ... ஒரு தேங்கா திருவிப் போட்டுக் கிண்டீருகேன்... உப்பை எடுத்திரும்..."

"நீ தாலி அறுத்தே... இப்பம் இதை அம்புடும் ஒரு பொடி விடாம திண்ணுக்கிட்டுத்தான் வீட்டை விட்டு வெளியே போணும்... ஒரு பொடி களையப்பிடாது... கூட்டாஞ்சோறு பொங்க வந்திருக்கான் தாயோளி..."

பிறகென்ன? சாப்பிட்டு பாத்திரம் கழுவி வைத்ததல்லாமல் பொன்னு அன்று வீட்டை விட்டு வெளியே இறங்கவில்லை.

இதுபோன்ற அபத்தங்கள் எப்போதாவது பற்றுவதுண்டானாலும், பொன்னுவை விட்டால் வேறு வழியுமில்லை.

எனவே கோயில் கொடைக்கு 'மாமிசப் படைப்பு' போட பொன்னுதான் ஏற்பாடு.

திங்கட்கிழமை முதலே ஆட்டுக்குட்டி, சேவற்கோழிகள், முட்டைகள், குளத்து மீனினங்கள் என்று சேகரிக்கத் துவங்கினான் பொன்னு. சமையல் ஆரம்பித்து முடித்து, கோயிலினுள் கொண்டு பீடங்களின்முன் படைப்பதுவரை பொன்னுக்கு நரகவேதனையாய் இருக்கும். சாதாரண நாட்களில் பேசும்போதே திடீரென 'சளுவாய்' பாயும். பேசும்போது - முன் தூக்கிய பல் ஆதலால், திறந்த சாளரங்கள் வழியாக மழைத்தூற்றல் தெறிப்பதுபோல் எச்சில் தெறிக்கும். மற்ற சமயங்களில் இது பற்றி அதிகமாகக் கவலைப்படாவிட்டாலும், எச்சில் பண்ணாமல் சாமிகளுக்குச் சமைக்கும் போது எச்சரிக்கையாய் இருக்க வேண்டும். இது ஒன்றுதான் பொன்னுவுக்கு பெரும் பிரச்சினை.

முத்தாரம்மன் கோயில் கொடை என்றால் -

திங்கட்கிழமை இரவில் குடி எழுப்பு.

செவ்வாய்கிழமை ஆற்றில் போய் நீராடி, குடங்களில் நீரெடுத்துக் கோயிலுக்கு வந்து, மத்தியானம் பன்னிரண்டு மணிக்கு தீபாராதனை. இரவு பன்னிரண்டுக்கு 'பூ எடுப்பு'. வாகனம் எடுப்பு. புதன் கிழமை மத்தியானம் உச்சிக்கொடை. ஊர் சுற்றி வந்து மஞ்சள் நீராட்டு...

ஏதோ ஒரு வாசியில், ஏற்பாடுகள் எல்லாம் மற்ற ஆண்டுகளை விடவும் சிறப்பாக நடந்து வந்தன. வண்டிமாடு பூட்டிக்கொண்டு போய் வெஞ்சன சாமான்கள் வந்தன. விறகு வந்து குவிந்தது. காய்கறிகள் வந்தன. பழக்குலைகள் - சிங்கன், மட்டி, செந்துளுவன், வெள்ளைத் துளுவன், பாளையங்கோட்டான், நெய்க்கதலி, ரசகதலி என்று பத்தயப் புரையில் உறைபோட்டு, கட்டித் தூக்கப்பட்டன. பலா, மா, அன்னாசி, வெள்ளரி, மாதுளைப் பழங்கள் கதம்பமாய் மணத்தன. களபம், சந்தனம், வெட்டிவேர் வாசனைகள் கோயிலைச் சூழ்ந்து கொண்டன. படைப்பு போடுவதற்காக கட்டுக்கட்டாய் நெய்த் துளசிகள் ஓரமாய் அடுக்கி வைக்கப்பட்டிருந்தது. பூ மட்டும் அந்தந்த நேரத்துக்கு வந்துவிட வேண்டும் என்று அச்சாரம் தந்திருந்தார்கள்.

கந்தையா தனது கூட்டாளிகளின் சார்பில் அம்மன் கோயில் முகப்பிலும் மூன்று வாசலிலும் கட்டுவதற்கு எட்டு மொந்தன் வாழைக்குலைகள் கொடுத்தான். பத்தடி உயரமுள்ள முழு வாழை மரங்களைக் குலையோடு மூன்று பேர்கள் தோள் போட்டுச் சுமந்து கொண்டு வந்து சேர்த்தார்கள்.

தோவாளை கோலப்பபிள்ளை வில்லுப்பாட்டு.

சங்கரன்கோயில் கணியான், மகுடம், தப்பட்டை.

தங்கப்பழம் நையாண்டி மேளம்.

கல்லிடைக் குறிச்சி கும்ப ஆட்டம்.

கிடா வெட்டவும், கோழி அறுக்கவும், திசை பலிக்கு வைரவன் கொண்டாடியின் கூடச் செல்லவும் ஒற்றை முரசு இசக்கி முத்து.

ஆராசனை வரத்த, கோயிலினுள் மேளமடிக்க பூதப்பாண்டி நாதசுரக்குழு.

ஒலி, ஒளி கிட்டப்பா சவுண்ட் சர்வீஸ்...

வீதிகள், முடுக்குகள் துப்புரவாய் இருந்தன.

தெருவில் நீண்டு நின்ற முருங்கைகள், வேம்புகள், பூவரசுகள் கிளை முறிபட்டன.

பாரவண்டிகள் ஊருக்கு வெளியே கிடந்தன. மான் வாகனம் போகும் இடங்கள் சுத்தமாயின.

திசைபலி செய்யும் இடங்களில் குப்பை கூளங்கள் அகற்றப்பட்டன. செடிகொடிகள் அகற்றப்பட்டு, சதுர வடிவாய் மழிக்கப்பட்டது. கோயிலின் பின்புறம் காடு மண்டிக் கிடந்த தும்பை அகன்றது. அரளி மூடுகள் பதவல்கள் நீங்கி அழகு பெற்றன.

முத்தாரம்மன் கோயிலில் கொடை வந்தால், ஊரில் மற்ற மற்ற சாமிகளுக்கும் விடிவு வரும். மாங்கோணத்தில் பெரும்பாலும் எல்லாத் தெருக்களிலும், எல்லா முடுக்குகளிலும் இரண்டிரண்டு குடும்பக்கோயில்கள் இருந்தன. சாதாரணமாய் வீட்டில் விசேடம் வரும் போது சாமிக்கும் நாழி அரிசி பாயசம், நாலணாவுக்கு மஞ்சணை, நாலைந்து அரளிப்பூக்கள், ஒரு சீப்பு பாளையங்கோட்டான் பழம், ஊதுபத்தி, தூபத்திற்கு சூடம்,

சாம்பிராணி உண்டு. கொடை நடக்கும் நாட்களில் இந்த மரியாதை ஜிகினா வேலைப்பாடுகளோடு நடக்கும்.

இடிந்த தலை, சரிந்த தோள், குண்டு விழுந்த வயிறு இவற்றை மண் பூசி, செப்பம் செய்து, சுற்றிலும் வெள்ளை அடித்து, பிரிந்து கிடக்கும் கூரையைக் கட்டி, கோயிலின் முன்னால் புல் செதுக்கி, மண் இறுக்கி, மெழுகி... அன்று சிறியதாய் ஓர் பழக்குலையும், கமுகம் பூக்குலையும், பொங்கல் விட்டு சேவல் அறுப்பதும் உண்டு.

செவ்வாய் கிழமை இரவிலும், புதன்கிழமை மதியமும் அம்மன் சாமியும் பிற சாமிகளும் மேளதாள விமரிசைகளோடு ஊர்வலம் வருகையில், அந்தந்தக் குடும்பக் கோயில் முன்னால் கோயில் சொந்தக்காரர்கள் கை கட்டி நிற்பார்கள். அவர்களைக் கண்டதும் முரசு முழங்கும், காதருகில் நாதசுரம் துளைக்கும். சாமி கொண்டாடிகள் திருநீற்றை வாரி வானில் எறிந்து கோயில் சாமியையும் சொந்தக்காரரையும் வெறித்து, முறைத்துப் பார்த்து, 'ஓயேவ்' என்று ஒரு சத்தம் விளித்ததும், சொந்தக்காரருக்கும் சாமி வரும்.

ஆராசனை வந்து ஆடுவார்.

சங்கடம் சொல்வார்.

குறை இரப்பார்.

ஆடி ஓயும்போது முதலடி முடுக்க, ஊர்வலம் தொடரும். சொந்தக்காரர் கோயில் நடையில் தளர்ந்து உட்காருவார். சொந்தக் காரர்கள் சுற்றி நிற்பார்கள்.

எனவே முத்தாரம்மன் கோயிலில் கொடை வந்தால் ஊரில் இருக்கும் சுடலைமாடன், இசக்கி, பேய்ச்சி, புலைமாடன், முண்டன், பட்டன், முத்துப்பட்டன், முப்பிடாரி, கழுமாடன், சங்கிலி பூதத்தான், சாதாரண பூதத்தான் ஆகிய சாமிகளின் முகங்களிலும் தெளிவு வந்தது.

வீடெங்கும் விருந்தினர் பரபரப்பு.

மாங்கோணம் புதுப்பெண் போலப் பொலிந்திருந்தது.

23

வில்லுப்பாட்டு கோலப்பபிள்ளை புதிதாகப் பல் கட்டி இருந்தார். சொற்கள் சுத்தமாக விழுந்தன. பாடிப் பாடி பதப்பட்ட தொண்டை, நெளிவுகள், ஏற்ற இறக்கங்கள் பிசிறற்று - சுடலையின் கதை நடந்து கொண்டிருந்தது. கோயிலைப் பார்த்து, கிழக்குப் பக்கம் மேடை போட்டு, மேடை மேல் வில், வில்லைத் தொட்டு ஒரு பக்கம் ஆர்மோனியம், மறுபக்கம் குடம். பின்னால் கட்டைத் தாளம், உடுக்கு, சிங்கி.

வில்லுப்பாட்டுக்காரருக்கு முன்னால் ஆண்கள் ஒரு பத்தி. பெண்கள் ஒரு பத்தி. நடுவில் கோயிலுக்குப் போகவும் வரவும் நடைபாதை. படைப்பு போட்டு முடிந்து பூ எடுத்ததும் வாகனம் எடுக்க வேண்டும். வாகனம் எடுத்த பிறகு நையாண்டி மேளத்திற்கும், கும்ப ஆட்டக்காரிகளுக்கும் சரியாக வேலை இருக்கும். ஆதலால் அவர்கள் வில்லுப்பாட்டுக்காரர்களைப் பாட விட்டு ஒதுங்கி இருந்தார்கள்.

நேரம் பதினொன்று இருக்கும். இரவு பன்னிரண்டுக்கு தீபாராதனை. அதற்கான ஏற்பாடுகள் நடந்து கொண்டிருந்தன. ஆக்குப் புரையில் பொங்கிப் பொரிக்கும் வேலைகள் சுறுசுறுப்பாய் நடைபெற்றன.

அம்மன் கோயில் முகப்பில் படிப்புரையில் இருந்து வில்லுப்பாட்டைக் கேட்டுக் கொண்டிருந்த கந்தையாவுக்கு தோப்பைப் போய் பார்த்துவிட்டு வரலாம் என்று தோன்றியது. கொடை பார்த்துவிட்டுப் போகட்டும் என்று, அன்று காவல் முறையில் இருந்த இருவரையும் விடுவித்து விட்டு, பொறுப்பை ஏற்றிருந்தான் கந்தையா.

பத்து மணி வாக்கில் ஒரு சுற்றுச் சுற்றிவிட்டு வந்தான். தோப்பில் வாழைக்குலை விழுந்த நாள் முதல் திருட்டு என்று

பேச்சு கிடையாது. இன்று கோயில் கொடை என்பதை அறிந்து வைத்துக் கொண்டு, காவலுக்கு யாரும் இருக்க மாட்டார்கள் என்று ஊகித்து, எவனுக்காவது நான்கு குலைகளைக் கொண்டு போய்விடலாம் என்று ஆசை ஏற்பட்டால் -

சாதாரண நாட்களிலேயே இரவு ஏழரை மணிக்கு மேல் ஆளரவம் அடங்கி விடும். அதற்குப் பிறகு குளிக்கவோ, கால் கழுவவோ வருகிறவர்கள் கூட, ஆற்றின் கீழ்க் கரையில் படித்துறையில் இறங்கி வேலையை முடித்துக் கொண்டு போய் விடுவார்கள். சுடுகாடு இருக்கும் மேலக்கரையில் ஆள் நடமாட்டம் இருக்காது. அதுவும் கொடை நாளாகிய இன்று ஊரின் கவனம் முத்தாரம்மன் கோயிலில் முனை பாய்ச்சி நிற்கையில் ஆள் நடமாட்டம் எங்கே இருக்கப் போகிறது?

அவ்வளவு தைரியமாய் தங்கள் தோப்பில் யார் இறங்கி விடுவார்கள் என்ற ஒரு உறுதி கந்தையாவுக்கு உண்டு என்றாலும், ஏமாந்து போகவும் அவன் தயாராக இல்லை.

முன்னிரவில் ஆற்றுக்கு குளிக்கப் போவதுபோல் போய், தோப்பின் வடக்குப்புறமாய் அனக்கமின்றி வந்து மூச்சுக் காட்டாமல் நின்று பார்த்தான். அரவம் இல்லை. சத்தம் இல்லாமல் கொஞ்ச நேரம் இருந்துவிட்டு வீட்டுக்கு வந்து சாப்பிட்டுவிட்டு கோயிலுக்கு வந்தான்.

சுடலைமாடன் பரபரப்பான இடத்தில் நின்று கொண்டிருந்தான் வில்லுப்பாட்டில். 'மலையாளம் போனேயானால், ஏ சுடலை, நீ மாறிவரப் போவதில்லை' என்று பேய்ச்சி அம்மன் சுடலையைத் தடுத்து நிறுத்த முயலும் கட்டம். 'டுண் டுண் டுண், டுண் டுண் டுண்' என்று உடுக்கு இதய நரம்பைச் சுண்டி அதிர்ந்தது.

திடீரென நினைத்துக் கொண்டவன் போல் கந்தையா எழுந்தான். மேற்கு நோக்கி 'விறுவிறு'வென நடந்தான்.

ஒலிபெருக்கி பொருத்தப்பட்டிருந்ததால், காதில் சுடலை மாடன் கதை சுகமாக விழுந்து கொண்டிருந்தது.

முன் நிலவுக்காலம். நிலவு அடைந்தாய் விட்டது. பெரியதொரு கல்லுரலில் நிலவு வட்டத்தை நொறுங்கப் பொடித்து வானில் பரக்க விதைத்ததுபோல் நட்சத்திரச் சிதறல். பாதை துலக்கமாய் தெரியும்படி தன் வெளிச்சம். காற்று கனிந்து வீசியது. துவர்த்தால் உடம்பைப் போர்த்திக் கொண்டு கந்தையா நடந்தான்.

மாமிசப் படைப்பு ♦ 146

நேர்வழியிலேயே மெதுவாக நடந்தான். தோப்பின் படலைக் கதவு முன்னால் வந்து நின்றான். உள்ளே யாதொரு சந்தடியும் இல்லை. நேராக காவல் திரட்டில் போய் நின்றான். தோட்டம் முழுவதுமாய்க் கண்ணை ஓட்டினான். ஒரு தரம் உள்ளே சுற்றிப் பார்க்கலாமா என்று தோன்றியது. அதற்கு அவசியம் இல்லை என்று எண்ணிக் கொண்டு மணல் பரத்தியிருந்த காவல் மேட்டில் துண்டை விரித்து மல்லாந்து படுத்தான். காற்று சுகமாய் வீசியது.

தூரத்தில் கேட்ட வில்லோசையும் எடுப்பான உடுக்கின் ஒற்றை மொழிகளும்...

திடீரென வில்லடி ஓசை நின்றது.

வில்லுப்பாட்டில் சுடலைமாடன் கதை நின்று, வரத்துப் பாட்டு துவங்கியது. ஆராசனை வரவழைக்க, எங்கோ தொலை தூரத்தில் இருக்கின்ற தெய்வங்களை மாங்கோணத்து முத்தாரம்மன் கோயிலினுள் கொண்டு வந்து சேர்க்க...

வில்லிசைப் புலவர் பாடி விட, ஒற்றை முரசு உயர்ந்து வாசிக்க...

மேளங்கள் துரிதகதியில் முழங்கின.

கோயிலின் காட்சிகள் மனக்கண்ணில் நிலை கொண்டன.

மார்பில் சந்தனம் பூசி, நேரியலை இடுப்பு வேட்டி மேல் கட்டி கையாலும் கண்ணாலும் மொழியாலும் ஏவல்கள் பிறப்பித்துக் கொண்டிருக்கும் கங்காதரம்பிள்ளை.

தோரணையோடு மேற்பார்வை செய்யும் விக்கிரமசிங்கம் பிள்ளை. பயபக்தியோடு மூச்சடக்கி நிற்கும் கூட்டம்.

புதிய முகம் பொருத்தி, வீறு உடலில் சுண்ட துடித்து நிற்கும் கோமரத்தாடிகள்.

நடை திறக்கு முன் உள்ளே நடக்கும் அரவங்கள், படைப்பு போட ஏற்பாடுகள்.

ஆராசனை வந்ததும் சாமிகளுக்கு உடுத்திவிட சல்லடம், கச்சை, உருமால், மார்பில் போட்டுப் பிடிக்க பாய்ச்சல் கயிறு என்று எடுத்து வைத்துத் தயாராய் நிற்கும் ஆட்கள்.

முதலடியின் கண்ணசைப்பிற்குக் காத்து நிற்கும் மேளக் காரர்கள். வாசலில் சோடித்து, சாமி கொண்டாடிகளின் உத்தரவு

வந்ததும் புறப்படத் தயாராய் நிற்கும் மான் வாகனம் புதிய மணங்களும் நிறங்களும் ஒளிகளும் கண்டு கிறங்கி நிற்கும் மனிதர்கள்...

எழுந்து கோயிலுக்குப் போவோமா என்று தோன்றியது கந்தையாவுக்கு. எத்தனையோ ஆண்டுகள் பார்த்த கொடைதானே என்று மனம் மறுப்பும் சொல்லியது.

தனியாக இருப்பதற்கு என்னவோ போல் இருந்தது.

மாசி மாதத்துக் கடைசிச் செவ்வாய்கிழமை.

முத்தாரம்மன் கோயிலின் கொடை நடக்கும் இரவு.

'நள்'ளென்று ஒலிக்கும் யாமம்.

பேய் உயிர்க்கும் பன்னிரண்டு மணி சமீபம்.

பக்கத்தில் சுடுகாடு...

பேய்க்கும் பூதத்துக்கும் கந்தையாவுக்கு பயம் கிடையாது. எத்தனையோ இரவுகள் ஒற்றை வழி போய் வந்திருக்கிறான். எத்தனையோ கள்ளன்களைப் பிடித்துக் கட்டியிருக்கிறான். ஆனால் இன்றைய வித்தியாசமான சூழ்நிலையில் தனியாகப் படுத்துக் கிடப்பது ஒருவிதமாய் இருந்தது. கௌரவம் பார்க்காமல் பூதலிங்கத்தையாவது கூட்டிக் கொண்டு வந்திருக்கலாம். பேசிக் கொண்டிருந்தால் தனிமை தெரியாது.

நாதசுரம், தவில், முரசுகள் சேர்ந்து முழங்கின. ஊடே வில்லுப்பாட்டு வரிகள். ஆராசனை நெருங்கும் துடிப்பு ஓசைகளில் தெரிந்தது. திடீரென சத்தம் நின்றது. ஆராசனை ஆகுமுன் ஒலிபெருக்கியை நிறுத்திவிடுவார்கள். மங்கலாய், வெகு தொலைவில் கேட்பதுபோல் முரசோசை...

மணி பன்னிரண்டு அடித்திருக்கும். ஒலிபெருக்கி ஓசை நின்ற பிறகு சுற்றுப்புற அசைவுகள் இரவின் பக்க மேளங்களாய் தெளிவாகக் கேட்டன. புன்னை இலைகளின் சலசல... ஒடிந்த வாழை மட்டைகள் மரத்தோடு உரசும் ஒலி.

இருட்டு செறிவாக இருந்தது.

அசைவின்றி படுத்துக் கிடந்த கந்தையாவின் செவிப்புலன் வித்தியாசமான ஓசைகளைக் கேட்டது.

இயற்கையின் லயத்திலிருந்து பிசிறு தட்டி விகாரித்து விரிந்த சரசரப்பு. யாரோ அல்லது எதுவோ நடந்த அல்லது உராய்ந்த அல்லது அசைந்த ஓசை.

காய்ந்த வாழை மட்டை ஏற்படுத்திய ஓசை.

மனக்குறளியின் ஏமாற்றோ என்று தோன்ற மேலும் கூர்ந்து கேட்டான் கந்தையா. கண்களைத் தீட்டினால் இருள்தான் தெரிந்தது. ஆனால், அரவம் புலப்பட்டது. சரியாகக் கவனித்துக் கொள் என்று வலுக்கவே ஏற்படுத்தியது போல்...

தோட்டத்தினுள் யாரோ புகுந்திருக்கிறார்கள் என்பது கந்தையாவுக்கும் நிச்சயமாயிற்று. சடாரென எழுந்தான். ஓசை ஏற்படுத்தாமல், சரசரப்பு விட்டு விட்டுக் கேட்டுக் கொண்டிருந்த இடத்தை நோக்கி நடந்தான். 'சொத்'தென்று வாழைக்குலையின் தடித்த தண்டில் வெட்டிரிவாள் பாயும் ஓசை.

டார்ச்சோ, வெட்டுக்குத்தியோ எடுத்து வராத முட்டாள் தனத்தை உணர்ந்தான் கந்தையா. என்றாலும் அனக்கம் காட்டாமல் பின்பக்கமாய் போய் வளைத்துப் பிடித்துவிடலாம் என்ற உறுதியில், நம்பிக்கையில், பையப் பைய காலடி வைத்து நடந்தான்.

மனித வாடையைக் கவனியாதவன் போல், வெட்டிய குலையை மூட்டில் வைத்து விட்டு அடுத்த வாழையின் பக்கம் போய் கையைத் தடையால் ஒதுக்கிய உருவத்தை இருள் வடிவாய்க் கண்டான் கந்தையா. மிதமாய்த் தனக்குள் சிரித்துக் கொண்டான்.

வெட்டுபவனின் பின்புறமாய் நெருங்கி, குரல்வளையில் கைகொடுத்து, வளைக்க எண்ணி கந்தையா கையைத் தூக்குகையில் - பின்புறமிருந்து சரக்கென்று கத்தி ஒன்று கந்தையாவின் தோள்பட்டையில் இறங்கியது.

சதி கையில் சரியாகச் சிக்கிக் கொண்டோம் என்றுணர்ந்து மூர்க்கமாய்த் திரும்புகையில், வெள்ளத்தை விரல் கிழிப்பது போல் வயிற்றைக் கிழித்தது கத்தி.

கோயிலினுள் ஒரே நிசப்தம்.

மக்களுக்கும், தெய்வங்களுக்கும் இடையே திரைபிடித்து, வாய்கட்டி, மூச்சடக்கி, சூலைப் பிடாரிக்கும், சந்தனமாரிக்கும் மாமிசப்படைப்பு போடுகையில் எழுந்த மணம் கோயில் முழுவதும் நிறைந்தது.

★★★

ஆசிரியரின் பிற நூல்கள்

நாவல்கள்

- தலைகீழ் விகிதங்கள் : 1977, 1983, 1996, 2001
- என்பிலதனை வெயில் காயும் : 1979, 1995
- சதுரங்கக் குதிரை : 1993, 1995, 1996, 2005
- மிதவை : 1986, 2002
- எட்டுத்திக்கும் மத யானை : 1998, 1999

சிறுகதைத் தொகுப்புகள்

- தெய்வங்கள் ஓநாய்கள் ஆடுகள் : 1981
- வாக்குப்பொறுக்கிகள் : 1985
- உப்பு : 1990
- பேய்க்கொட்டு : 1994, 1996
- பிராந்து : 2002
- நாஞ்சில் நாடன் கதைகள் : 2004

கவிதைகள்

- மண்ணுள்ளிப் பாம்பு : 2001

கட்டுரைகள்

- நாஞ்சில் நாட்டு வெள்ளாளர் வாழ்க்கை : 2003, 2004
- நஞ்சென்றும் அமுதென்றும் ஒன்று : 2003